ஆயிரம் காந்திகள்

சுனில் கிருஷ்ணன்

நன்னூல் பதிப்பகம்
மணலி-610203
திருத்துறைப்பூண்டி

ஆயிரம் காந்திகள்

நூலாசிரியர்: **சுனில் கிருஷ்ணன்** ©
முதல் பதிப்பு: டிசம்பர்-2021
பக்கங்கள்: 148

வெளியீடு:
நன்னூல் பதிப்பகம்
தொடர்பு எண்: 99436 24956
மணலி, திருத்துறைப்பூண்டி - 610 203
nannoolpathippagam@gmail.com

பிரதிகளுக்கு:
A-6, திருமலை காம்ப்ளக்ஸ்
டாக்டர் அம்பேத்கர் ரோடு,
வில்லிவாக்கம், சென்னை - 49.
அலைபேசி: 9884052075
விலை ரூ.120

AAYIRAM GANDHIGAL

Author: **Sunil Krishnan** ©
First Edition: December-2021
Pages: 148
ISBN 978-81-955286-3-9
Published by:
Nannool Pathippagam
Contact No. 99436 24956
Manali, Thiruthuraipoondi - 610203
nannoolpathippagam@gmail.com

Price ₹120

அட்டை வடிவமைப்பு: லார்க் பாஸ்கரன்
உள்பக்க வடிவமைப்பு: சு. கதிரவன்

Printed at : Professional Printers, Chennai - 4.

சமர்ப்பணம்
'அழிசி' ஸ்ரீனிவாசனுக்கு

பொருளடக்கம்

	பதிப்புரை	...	06
	முன்னுரை	...	08
1.	காந்தியம் சில வரையறைகள்	...	17
2.	பனிமலையில் ஒரு தனி மரம்	...	23
3.	கலோனல் சாப்	...	32
4.	குமரப்பாவின் தனிமனிதன்	...	45
5.	இயற்கையின் உயிர்வட்டம் – ஜே.சி. குமரப்பாவின் சாஸ்வத பொருளாதாரச் சிந்தனையை முன்வைத்து	...	49
6.	நமக்குத் தெரியாத பேக்கர்	...	65
7.	கற்களுக்குள் ஒரு காந்தி	...	76
8.	அபய சாதகன் பாபா ஆம்தே	...	85
9.	அறுபடாத நூல்	...	102
10.	நான் மலாலா	...	109
11.	சசி பெருமாள், ஃபிரான்ஸிஸ் ஆசாத் காந்தி மற்றும் மதுவிலக்கு	...	119
12.	ஒளிவிடு ஒளியேற்று	...	126
13.	மருத்துவத்துக்கு மருத்துவம்	...	140

பதிப்புரை

காந்தியம்: தூரத்து வெளிச்சமல்ல...

ஒரு மனிதன் தூய்மையான கொள்கையோடும் கோட்பாட்டோடும் வாழ இயலுமா? என்ற கேள்வியை நிதர்சனமாக்கி வாழ்ந்த அண்ணலை உலகம் திரும்பிப் பார்த்ததில் வியப்பில்லை.

சொல்லும் அறிவுரைகள் சொற்களோடும் எழுத்துகளோடும் மட்டுமே நின்றுவிடாமல், அவற்றைத் தன் வாழ்வின் மூலமாகவே வாழ்ந்து காட்டியவர் அண்ணல் காந்தியடிகள்.

அகிம்சை, சகிப்புத்தன்மை, நல்லிணக்கம் என்று தன் மனசாட்சி அடையாளப்படுத்தியதைக் கோட்பாடுகளாக்கி அதிகாரமையப்படுத்துவதையே அண்ணல் கனவு கண்டார். அந்தக் கலகத்தின் மூலமே புதிய உலகைக் காண விரும்பினார். அதனால் அந்தக் கனவு மெய்ப்படக் கூடாது என மதவெறி அவரை பலிவாங்கியது.

காந்தி வீழ்த்தப்பட்டப் பின் அவரது தத்துவமும், உழைப்பும் வீழ்ந்துவிடும் என்று பாசிச தேச விரோதிகள் கனவு கண்டனர். ஆனால் சாகாவரம் பெற்ற அந்தத் தத்துவம் சுடும் பாலையில் நிழல் தரும் விருட்சமாய் வளர்ந்திருக்கிறது. அந்த விருட்சத்தில் இளைப்பாறி ஆல்போல் தழைக்கத் தங்கள் உதிரம் தருமளவு நெஞ்சம் கொண்ட அண்ணலின் அணுக்கத் தோழர்கள் பற்றிய நூல்தான் 'ஆயிரம் காந்திகள்...'

காந்தியடிகளின் தோழர்கள் பற்றிப் பேசும்போது அண்ணலே தன் முகம் காட்டி நம்மை முழுமை பெற வைக்கிறார்.

காந்தியின் பல பரிமாணங்களில் தன்னை முழுமையாக ஒப்படைத்துக் கொண்டு, காந்தியத்தை ஒரு நம்பிக்கை ஒளியாக அறிவு சார்ந்தத் தளத்தில் பரப்பி காந்தியத்தின் எழுத்துகளாகப் பதிவு செய்து வரும் எழுத்தாளர் சுனில் கிருஷ்ணன் அவர்களின் இந்த நூல் காந்திய ஒளி மேலும் பரவ வழி செய்யும்.

காந்தியம் என்பது ஏதோ ஒரு தூரத்து வெளிச்சமல்ல... இதோ நம் எதிரே பரவும் ஒரு ஜீவ ஒளி... அமரத்துவம் உடையது... மானுடத்தையும், மண்ணையும் பிரகாசிக்க வைப்பது...

திரு. சுனில் கிருஷ்ணன் தன்னுரையில் இப்படி குறிப் பிடுகிறார்...

'காந்தியம் இந்திய மண்ணில், மணலில் விதை போலக் கலந்திருக்கிறது... எங்கெங்கெல்லாம் சிறு முயற்சிகளின் ஈரம் பரவுகிறதோ... அங்கெல்லாம் காந்தியம் முளைத்துவிடும்...'

அவரின் இந்த வார்த்தைகள் ஈரம் வற்றாத எல்லோர் மனதிலும் பதிந்திடவேண்டும்.

நூலாசிரியர் **திரு. சுனில் கிருஷ்ணன்,** என் பதிப்புப் பணியில் தோழமை கொண்டுள்ள **கவிஞர் முபீன் சாதிகா,** நன்னூல் பதிப்பகத்தின் முயற்சிகளுக்குப் பெரிதும் உதவிவரும் நண்பரும், கல்வியாளரும் 'பன்மை' பதிப்பகத்தின் உரிமையாளருமான **திரு. மு. சிவகுருநாதன்** உள்பட அனைவருக்கும் அன்பான நன்றிகள்.

29.12.2021
மணலி, திருத்துறைப்பூண்டி

மணலி அப்துல்காதர்
'நன்னூல்' பதிப்பகம்

முன்னுரை

காந்தியர்கள் அலாதியானவர்கள். தனிப்பிறவிகள். யதார்த்த வாழ்வின் நெளிவுசுளிவுகள் புரியாத அசடுகளோ என்று தோன்றும் அளவிற்கு நேர்மையானவர்கள். காந்தி எனும் ஒற்றை மனிதர். அவர், தன்னைச் சுற்றியிருந்த மனிதர்களுக்கு மட்டுமின்றி பல தலைமுறைகள் கடந்து தன்னை அறிய முயல்பவர்களுக்கும் தன் வாழ்வின் மூலம் மிகப்பெரிய ஒரு சவாலாகவே திகழ்கிறார். காந்தியின் வாழ்வையும் வாக்கையும் உரைகல்லாகக் கொண்டு தங்கள் வாழ்வைச் சோதித்து அறிய முயன்று கொண்டே இருக்கிறார்கள் அவர்கள்.

நான் பார்த்தவரை காந்தியர்களிடம் உள்ள மற்றொரு தனித்தன்மை, அவர்களில் பெரும்பாலானவர்கள் நீண்ட ஆயுளுக்குச் சொந்தக்காரர்கள், இறுதிவரை நல்ல சித்த சுவாதீனத்துடன் வாழ்ந்து மறைந்தவர்கள். கடைசி நாள் வரை புத்தி தெளிவுடன் இருக்க முடியும் எனும் உத்திரவாதத்தை காந்தியம் அளிக்கிறது.

காந்தியம் என்பது வெற்று மூளைச் செயல்பாடோ அல்லது மூர்க்கமான களப்பணியோ அல்ல. களப்பணிகள் மூலம் பெறும் அனுபவ அறிவைக் கொண்டு நம் வரையறைகளை மறுநிர்ணயம் செய்தபடி கவனத்துடன் முன் நகர்வது காந்தியம். முரணியக்கத்தை உள்வாங்கிக்கொண்ட சிந்தனை அமைப்பே காந்தியமாக இருக்கிறது. உண்மையில் காந்தியம் என்று ஏதேனும் ஒன்று உண்டா எனும் கேள்வியே எனக்கு உண்டு. அப்படி ஒன்று உள்ளது எனில் அது திறந்த மனதுடன் தன் வாழ்வனுபவங்களை எதிர்கொண்டு, அவற்றை நேர்மையாக மதிப்பிட்டு முன் நகரும் பாதையாகவே இருக்க முடியும் என்று நம்புகிறேன்.

இத்தொகுதிக்கு 'ஆயிரம் காந்திகள்' எனப் பெயரிட்டேன். அத்தலைப்பில் நாராயண் தேசாயின் மதுரை வருகை குறித்து

எழுதிய கட்டுரை சர்வோதயம் வெளியீடாக ‘காந்திய காலத்துக்கொரு பாலம்’ எனும் நூலில் இடம் பெற்றது.

நான் சந்தித்த முதல் காந்தியர் அவர்தான். நாராயண் தேசாய் எழுதிய கட்டுரையொன்றை நண்பரின் மொழிபெயர்ப்பில் காந்தி இன்று தளத்தில் வெளியிட்டதிலிருந்து அவரைக் காண வேண்டும் எனும் ஆர்வம் பற்றிக் கொண்டிருந்தது. அந்தக் கட்டுரையில் அவர் காந்தியை ஒரு தேசப் பிதாவாக, இந்திய சுதந்திர போராட்டத்தின் தலைவராக அணுகாமல் தந்தையாக, தாத்தாவாக அணுகி வாஞ்சையுடன் எழுதி இருப்பார். காந்தியுடன் இளமைப் பருவத்தைக் கழித்தல் என்பது எத்தனை பெரிய வரம்! ஒரு வாழ்நாளுக்குப் போதுமான அனுபவங்களை இளமைப் பருவத்திலேயே அடைந்து விடுவது மகத்தான விஷயம் அல்லவா?

தாத்தா கையை ஆட்டி ஆட்டி உற்சாகமாகச் சின்னக் குழந்தையாக மாறி தாளம் போட்டுக் கொண்டிருந்தார். மரபான ஹரிகதா பாணியில் பாடலும், கதையும் இணைந்த உரை. பாடல்கள் மிக சிறப்பான அனுபவத்தை அளித்தன. காந்தி நம் கண் முன்பு ஒரு பிரம்மாண்டமான தொன்மப் பேருருவம் கொண்டு எழுந்து விராட வடிவில் உயர்ந்து நின்றார். ராமனைப் போல், கிருஷ்ணனைப் போல் ஒரு யுக புருஷராக காந்தி உருமாறுவதைக் காணமுடிகிறது. ஒற்றைத் தண்டமும், பொக்கை வாய்ச் சிரிப்பும், கொண்ட கிழட்டுக் கடவுள், யார் வணங்குவார் இவரை? சிரிப்பு வந்தது.

பெரியவர் சொல்லிக் கொண்டிருந்த கதை என் முன் காட்சிகளாய் விரிந்தன. மறைவில் நின்றிருந்து பார்ப்பது போல் அத்தனை நிகழ்வுகளும் புலப்பட்டன. பென் கிங்க்ஸ்லி காந்தி வருகிறார், ஆதிமூலம் வரைந்த கோட்டோவிய காந்தி நடக்கிறார், புகைப்படங்களில் பார்த்த குறும்பு மின்னும் கண்களுடன் குழந்தையைச் சீண்டுகிறார் காந்தி. நான் சென்ற அன்று தென்னாப்ரிக்க சத்தியாகிரகம் பற்றிய பகுதி விவரிக்கப்பட்டது. மொழிபெயர்த்தவர் அனேக இடங்களில் தவறு செய்தார், எனினும் அது ஒரு பொருட்டாகத் தெரியவில்லை. நேரடியாகவே புரியும் அளவிற்கு எளிய இந்திதான்.

அவர் கரங்கள் இரண்டும் நடுங்கிக் கொண்டிருந்தன. சரசரவென்று கூட்டம் கலைந்தது. இரண்டு கால்களும் வீங்கி

இருந்தன. பலரும் அவருடன் ஓரிரு வார்த்தைகள் பேசி விடைபெற்று சென்றனர். 14ஆம் தேதி காந்திகிராம் பல்கலைக் கழகத்தில் ஒரு சிறப்புரை ஆற்றுவதற்கு அழைப்பு விடுப்பதற்காக அந்தப் பல்கலைக்கழகத்தின் காந்திய கல்வி துறையின் துறைத் தலைவர் வந்திருந்தார். "நான் அங்கு 14ஆம் தேதி வருகிறேன், எல்லா மாணவர்களையும் வரச் சொல்லுங்கள். ஆங்கிலத்திலேயே உரையாற்றுகிறேன்" என்றார். "என் துறை மாணவர்களுக்குச் சொல்லி, தகவல் தெரிவித்தாகி விட்டது" என்று சொன்னவுடன் சட்டென்று எரிச்சலடைந்தார் "காந்தி, ஒரு பல்கலைக்கழகத்தின் ஒரு துறைக்கு மட்டும் உரியவர் அல்ல, அவர் இந்த தேச பிதா, அனைவருக்கும் உரியவர், ஆகவே எல்லாரையும் வரச் சொல்லுங்கள், நான் எல்லோரிடமும் பேச வேண்டும்" என்றார்.

அதுவரை இருபது நாடுகளில் 104 இடங்களில் இந்த காந்தி கதா நிகழ்ச்சி நடத்தியுள்ளார். அந்த வயதில் நடுங்கும் கரங்களுடன், வீங்கிய கால்களுடன் ஊர் ஊராக இந்தக் கிழவர் எதற்காகப் போக வேண்டும்? தன்னுடைய அத்தனை வசதி களையும் துறந்து இத்தனை அவதிகளைத் தனக்குத்தானே ஏன் வரவழைத்துக் கொள்ள வேண்டும்? மகன்களும் மகள்களும், கிழம் சும்மா இருக்கக் கூடாதோ என்று கரித்துக் கொட்டித் திட்டி இருப்பார்களோ?

மரபான இந்தியமனம் காந்தியை ஒரு தொன்ம நாயக னாகத்தான் நினைவில் கொள்ளுமோ என்னவோ? கடவுளின் பெயரால் நடக்கும் மதப்பூசல்கள் போல் காந்தியின் பெயரால் இங்கு அரசியல் நடக்கிறது. அதற்கு காந்தி இப்படித் தொன்ம மாக்கப்பட்டு அன்றாட வாழ்விலிருந்து பிரித்து வெகு தொலைவில் வைக்கப்படுவது பலவகையிலும் வசதிதான். 'எல்லாரும் ஏசு ஆயிட முடியாதுல', 'இவரு பெரிய ராமன்' என்ற வரிசையில் 'மனசுல காந்தின்னு நெனப்பு'. காந்தியை தொன்மமாக்குவதைவிட மேலும், மேலும் மனிதனாக ஆக்க வேண்டும். அதுவே சரியான திசை. ஆனால், அவருடைய வாழ்க்கை தொன்மத்திற்குரிய அனைத்து அம்சங்களும் கொண்டவை, அதன் மூலமே அவர் அடுத்தடுத்த தலைமுறைகளை சென்றடையக்கூடும். இதைக் கேட்கும், பார்க்கும் ஒவ்வொரு மனிதனின் மனத்திலும் ஒரு விதையாக காந்தி புதைந்திருக்கக் கூடும். என்றேனும் ஒருநாள் முளைவிடக் கூடும். காந்தி என்பவர் ஒரு ஒற்றை மனிதர் அல்ல, அது ஒரு வாழ்க்கைத் தருணம். ஒரு முறையேனும் நாம் அனைவரும் அந்த தருணத்தை வாழ்வில்

அனுபவித்திருப்போம். தேசாய் போன்ற சிலருக்கு அந்தத் தருணம் வாழ்க்கை முழுவதற்கும் நீடிக்கிறது போலும். நானும் என்னைக் காந்தியாக உணர்ந்த தருணங்கள் சில உண்டு, கணப் பொழுதில் கரைந்து போகும் தருணங்கள். காந்தியும் கூட அந்தத் தருணத்திலிருந்து வழுவிய சில கணங்கள் இருக்கக்கூடும். காந்தி அனைவரிலும் கடவுளை கண்டார். அப்படி நாம் அனைவரிலும் காந்தியைக் காண முயலலாம்.

நாராயண் தேசாய்க்குப் பிறகு சசி பெருமாள், வானவன் மாதேவி, வல்லபி ஆகியோரை நேரில் சந்தித்திருக்கிறேன். இக்கட்டுரைகள் அனைத்துமே காந்தி இன்று இணையதளத்தில் வெளியானவை. சுந்தர்லால் பகுகுணா, ஜர்ணா தாரா செளத்ரி, சசி பெருமாள், வானவன் மாதேவி ஆகியோர் இக்கட்டுரைகள் எழுதப்பட்டபோது உயிருடன் இயங்கிக் கொண்டிருந்தார்கள். பல கட்டுரைகளைத் திருத்தி செம்மை செய்ய வேண்டியிருந்தது. இக்கட்டுரைகளை வாசிக்கும்போது எனக்குத் தோன்றிய முதல் எண்ணம் என்பது 2013–15 காலக்கட்டத்தின் நேர்மறைத்தன்மையும் நம்பிக்கையும் இன்று எனக்கு உள்ளனவா என்பதுதான். வாசிப்பும் வயதும் கூடக் கூட, இவை குறைந்தபடி வருவதைக் கவனிக்கிறேன். சில கட்டுரைகளை வாசிக்கும் போது எத்தனை உணர்ச்சிகரமாக அணுகியிருக்கிறோம் என ஏக்கமா கூச்சமா என பிரித்தறிய முடியாத உணர்வே அதிகமும் ஏற்படுகிறது. இத்தொகுதியில் இடம்பெற்றுள்ள இயற்கையின் உயிர்வட்டம், குமரப்பாவின் தனி மனிதன், கற்களுக்குள் காந்தி, மதுவிலக்கு மற்றும். பி.எம்.ஹெக்டேவின் மருத்துவத்துக்கு மருத்துவம் ஆகிய ஐந்து கட்டுரைகளும் சிந்தனைகளை விவாதிப்பவை. மீதி இருக்கும் ஏழு கட்டுரைகள், சுந்தர்லால் பகுகுணா, ஜர்ணா தாரா செளத்ரி, குமரப்பா, லாரி பேக்கர், மலாலா, பாபா ஆம்தே மற்றும் வானதி வல்லபி ஆகியோரின் ஆளுமைச் சித்திரங்களை அளிக்க முற்படுகின்றன. இத்தகைய ஆளுமைகளின் வாழ்க்கைக் கதைகள் நம் வாழ்வைப் பரிசீலனைக்கு உட்படுத்தக் கோருபவை. புதிய சாத்தியங்களைக் காட்டுபவை. நம்முள் உறைந்த ஆற்றலை நமக்கு உணர்த்துபவை.

பாலசுப்ரமணியம் முத்துசாமியின் 'இன்றைய காந்திகள்' மற்றும் பாவண்ணனின் 'சத்தியத்தின் ஆட்சி' ஆகியவை இந்நூலுக்கான முன்னோடிகள். சூ கி, மண்டேலா, அண்ணா ஹசாரே, மார்ட்டின் லூதர் கிங், கிருஷ்ணம்மாள் ஜெகந்நாதன் என இன்னொரு வரிசை எழுதவேண்டும்.

இத்தொகுதியும், இந்தப் பத்தாண்டு கால நிகழ்வுகளும் சில கேள்விகளை என்னுள் எழுப்பின. சுந்தர்லால் பகுகுணா எதிர்த்துப் போராடிய தெஹ்ரி அணை இன்று இயங்கி வருகிறது. மேதா பட்கரும் பாபா ஆம்தேவும் சேர்ந்து நர்மதை ஆற்றின் மீது கட்டப்பட்ட சர்தார் சரோவர் அணைக்கு எதிராகப் போராடினார்கள். ஆனால் அணை எழுப்பப்பட்டது. அண்ணா ஹசாரே இயக்கம் பெரும் விசையோடு தொடங்கியது. ஆனால் அதன் இலக்கான வலுவான லோக் பால் மசோதாவை அதனால் சாதிக்க முடியவில்லை. சுப. உதயகுமார் இடிந்த கரையில் கூடங்குளம் அணு உலைக்கு எதிராக மக்களைத் திரட்டி, நெடுங் காலம் போராடினார். ஆனால் இன்று அணு உலை இயங்கிக் கொண்டுதான் இருக்கிறது. இந்தக் காலக்கட்டத்தில்தான் இரோம் ஷர்மிளா உண்ணாவிரதத்தை முடித்துக்கொண்டு புதிய வாழ்வை வாழ இருப்பதாக அறிவித்தார். அப்படியொரு முடிவு எடுத்ததற்காக 'துரோகி' என அவரை ஆதரித்தவர்களாலேயே வசை பாடப் பட்டார். சசிபெருமாள் மீது சமூகமும் அரசும் காட்டிய உதாசீனம், உச்சமாக பயனற்று போன அவருடைய மரணம் என்னுள் காந்திய வழிமுறையின் பயன் மதிப்பு என்ன எனும் கேள்வியை எழுப்பியது. காந்தியப் போராட்டம் எந்தச் சூழலிலும் வெற்றியடைய முடியுமா? வெறும் தனி நபரின் மன உறுதி மட்டும் போதுமா? காந்தி கருத்து பரவலாக்கத்தை நம்பினார். பரவலாகக் கருத்தை உருவாக்கி அதன் பின்னர் படிப்படியாகப் போராட்டங்களை வளர்த்தெடுத்தார். தேர்ந்தெடுக்கும் சிக்கல், அதைக் குறியீடாக ஆக்குவது, கருத்தை பரவலாக்குவது, அதன் பின்னர் செயல்பாடு எனும் வழிமுறை அவரிடம் இருந்தது. காந்தியின் எந்தப் போராட்டமும் ஏனோ தானோவென்று தொடங்கப்பட்டதல்ல.

உலகமயமாக்கலுக்குப் பின்பான காலக்கட்டத்தில் தனி மனித தியாகத்திற்கு என்ன பொருள்? இங்கே அதுவும் மற்றொரு போலிப் பண்டமாகப் பார்க்கப்படும். சமூக ஊடக எழுச்சி எந்த ஒரு தரப்புக்கும் மறுதரப்பை உருவாக்கும். ஆகவே மக்கள் திரள் யாரை ஆதரிப்பது எனக் குழம்புகிறார்கள். செயலூக்கத் துடன் நம்மால் பங்குகொள்ள இயலவில்லை. காந்தியை பொறுத்தவரை உண்ணாவிரதம் எதிர்மறையான போராட்டமுறை அல்ல. பெரும்பாலான தருணங்களில் உண்ணாவிரதம் இங்கே கிட்டத்தட்ட எதிர்மறையாக மிரட்டும் வகையில் பயன்படுத்தப் படுகிறது. மக்களுக்கு அதன் மீது பரிதாபம் என்பதைவிட எரிச்சலே அதிகம் ஏற்படுகிறது.

இரோம் ஷர்மிளாவால் இத்தனை ஆண்டுகளுக்குப் பின்பாவது தனது போராட்ட முறையில் உள்ள சிக்கலை உணர்ந்து கொள்ள முடிகிறது என்பது ஆசுவாசத்தை அளிக்கிறது. தன்னை மறுகண்டுபிடிப்பு செய்துகொள்ளவும், சுய பரிசோதனை செய்துகொள்ளவும் சித்தமாக இருக்கிறார். ஷர்மிளாவின் இந்தச் செயல் மூலம் அவர் என் மனதில் உயர்ந்திருக்கிறாரே அன்றி தாழவில்லை. சமீப காலங்களில் வெற்றியடைந்த போராட்டங்களைப் பார்க்கலாம். ஜல்லிக்கட்டுப் போராட்டம், வேளாண் சட்டத்திற்கு எதிரான விவசாயிகள் போராட்டம் மற்றும் ஸ்டெர்லைட்டுக்கு எதிரான போராட்டம். இவை மூன்றும் தூய காந்திய போராட்டம் அல்ல. மக்கள் அரசு என இரு தரப்பிலும் போராட்டம் கட்டுக்கோப்பை இழந்து வன்முறையை விளைவித்தது. முக்கியமாக இம்மூன்று போராட்டங்களுக்கும் முகம் என எவரும் இல்லை. இன்னார் தலைவர், வழிநடத்துபவர் என எவருமே மேலே தனித்துத் தெரியவில்லை. இவை ஒரு ஆளுமையால் அல்ல; ஒரு குழுவால் வழிநடத்தப்பட்டது. ஆளுமைகள் மீதான நம்பிக்கையின்மை இக்காலக்கட்டத்தின் மனநிலை என்பதை கவனிக்க வேண்டும். அரசு தரப்பு போராட்டத்தை முடிவுக்கு கொண்டு வர போராட்டக்காரர்களிடம் இருந்து வன்முறை வெளிப்படக் காத்திருக்கிறது. ஏனெனில் அது அப்போராட்டத்தை வன்முறை கொண்டு ஒடுக்கும் தார்மீகத்தை அவர்களுக்கு அளிக்கிறது. மக்கள் திரளின் வன்முறையும், அரச வன்முறையும் ஒன்றல்ல! அரசிடம் பயிற்றுவிக்கப்பட்ட படையும் ஆயுதங்களும் உள்ளன. இலக்கை அடைந்த இம்மூன்று போராட்டங்களுமே காவல்துறையின் மிகையான வன்முறை அரசுக்கு எதிரான உணர்வைப் பரவலாக்கியது. அரசுக்கும் குற்ற உணர்வை ஏற்படுத்தியது. உயிர்ப்பலிகள் சமரசத்தை நோக்கித் தள்ளின. ஆதரவு, எதிர்ப்பு என இரு தரப்புகளாக மக்கள் விவாதித்து குழம்பிக் கொண்டிருந்த சூழலில், அரசு வன்முறை மக்களை அரசுக்கு எதிரான நிலைப்பாட்டிற்குத் தள்ளியது. வேளாண் மசோதா போராட்டத்தில் துப்பாக்கியை ஏந்திக் கொண்டு மக்களை நோக்கி நடந்து வருபவரின் புகைப்படமும், ஸ்டெர்லைட் போராட்டத்தில் வண்டியின்மீது நின்று துப்பாக்கியில் குறி பார்க்கும் மஞ்சள் சட்டை அணிந்தவரின் புகைப்படமும் அரச வன்முறையின் குறியீடுகளாக ஆயின. இத்தகைய குறியீடுகள் மக்களின் மனதோடு நேரடியாகத் தொடர்பு கொள்பவை. இலக்கையடையாத போராட்டங்களுக்கும் இலக்கை அடைந்தவற்றுக்கும் இடையிலான மாபெரும் வேறு

பாடு என்பது இதுதான். காந்தி குறியீடுகள் வழி தொடர் புறுத்துபவர். தகவல்தொழில்நுட்ப யுகத்தில் காந்திய முறைகளை நகலெடுப்பது மட்டும் போதாது. படைப்பூக்கத்துடன் புதிய முறைகளை பயன்படுத்த வேண்டும். தெஹ்ரியோ, கூடங்குளமோ, சர்தார் சரோவரோ இவை யாவும் அந்தப் பிராந்திய சிக்கல் மட்டுமல்ல என்பதை மக்களுக்கு எப்படிக் கொண்டு செல்வது? தரப்புகளாக பிரிந்து கிடக்கும் சூழலில் தம் தரப்பின் நியாயங் களை எப்படி மறுதரப்பிற்கு உணர்த்துவது? தலைமையின் மீதான நம்பிக்கையின்மையை எப்படிப் போக்குவது? இவைதான் இப்போதுள்ள சவால்கள்.

இத்தொகுதி வெளிவர காரணமான எழுத்தாளர் கீரனூர் ஜாகிர் ராஜா மற்றும் நன்னூல் பதிப்பகத்தின் அப்துல் காதருக்கும் நன்றிகள். புத்தகத்திற்கு அட்டை வடிவமைத்த லார்க் பாஸ்கரன். வடிவமைப்பு செய்து மெய்ப்பு நோக்கியளித்த நண்பர்களுக்கு நன்றி. காந்தி இன்று இணைய இதழை என் னுடன் இணை ஆசிரியராக நடத்தி வந்த நண்பர் நட்பாசுக்கும், காந்தி இன்று தளத்திற்கு அடித்தளம் அமைத்து கொடுத்த எழுத்தாளர் ஜெயமோகனுக்கும், வாசிக்கவும் எழுதவும் வெளியளிக்கும் குடும்பத்திற்கும் நன்றிகள்.

இந்நூலை நண்பர் ‘அழிசி’ ஸ்ரீனிவாசனுக்கு அர்ப்பணிப்பதில் மகிழ்ச்சி அடைகிறேன். அவரை நான் ஒரு காந்தியராகவே கருதுகிறேன்.

‘ஆயிரம் காந்திகள்’ எனும் இந்தக் கருத்தை நான் ஜெய காந்தனின் இந்த மேற்கோள் வழியாகவே பெற்றுக்கொண்டேன்.

“காந்தியம் இந்தியமண்ணில் மணலில் விதைபோலக் கலந்திருக்கிறது. எங்கெல்லாம் சிறு முயற்சியின் ஈரம் படிகிறதோ அங்கெல்லாம் காந்தியம் முளைத்தெழும். ஒவ்வொரு ஊரிலும் அந்த ஊருக்கான காந்தி இருப்பார். கொஞ்சம் கவனித்தால் நம் கிராமங்கள் அனைத்திலுமே ஒரு காந்தியைக் காணமுடியும்.” அப்படியான சிலரை அறிமுகப்படுத்துவதே இத்தொகுப்பின் நோக்கம்.

12.12.21
காரைக்குடி

சுனில் கிருஷ்ணன்
drsuneelkrishnan@gmail.com
www.gandhitodaytamil.com

ஆசிரியர் குறிப்பு

சுனில் கிருஷ்ணன் (H 1986) ஓர் ஆயுர்வேத மருத்துவர். மனைவி டாக்டர் மானசா; அம்மா ரமாதேவி; பிள்ளைகள் – சுதீர் சந்திரன் மற்றும் சபர்மதியுடன் காரைக்குடியில் வசித்து வரும் எழுத்தாளர். தொழில்முறை ஆயுர்வேத மருத்துவர். 'அம்புப் படுக்கை' சிறுகதை தொகுதிக்காக 2018ஆம் ஆண்டுக்கான சாகித்திய அகாதமி, யுவ புரஸ்கார் விருது பெற்றார். 'விஷக் கிணறு', 'நீலகண்டம்', 'அன்புள்ள புல்புல்' ஆகிய நூல்களை எழுதியுள்ளார். காந்தி, காந்தியம் காந்தியர்களுக்காக www.gandhitodaytamil.com என்றொரு இணைய இதழை நடத்தி வருகிறார்.

தொடர்புக்கு: +91-99944 08908

1
காந்தியம் சில வரையறைகள்

காந்தியர்கள் யார்? காந்தியை நகலெடுப்பவர்களா? காந்தியத்தைப் பின்பற்றுபவர்களா? காந்தியை நகலெடுப்பவர்களை காந்தியர்கள் என்றும் காந்தியத்தை பின்பற்றுபவர்களை காந்திகள் என்றும் தோராயமாக கூறலாம். காந்தியர்களில் காந்திகளும் உண்டு.

இப்போது 'எது காந்தியம்?' எனும் கேள்வியை எழுப்பிப் பார்க்கலாம். காந்தியத்தை துல்லியமாக விளக்கி யாரும் எதுவும் எழுதியதாகத் தெரியவில்லை. அப்படித் துல்லியமாக வரையறை செய்வது சாத்தியமா என்பதும் தெரியவில்லை. ஆகவே ஒரு விவாதத்திற்காகவும் புரிதலுக்காகவும் அடிப்படை வரையறைகளை உருவகித்துக் கொள்ளுதல் அவசியம். இக்கட்டுரையின் பேசு பொருள் இறுதியானதல்ல. சிந்தனைகளை விரித்துக்கொள்ள, விவாதிக்க ஒரு தொடக்கப் புள்ளி மட்டுமே.

முதலில் 'காந்தியம்' என்று ஒன்று உண்டா? காந்தி அதை ஏற்க மறுக்கிறார். அவரளவில் தனக்குப் பின்னால் அப்படி எதையும் உருவாக்கி விட்டுச்செல்ல விரும்பவில்லை என்பதை அவர் தெளிவாகவே கூறியிருக்கிறார். அதற்கு அவர் சொல்லும் காரணம் முக்கியமானது, தான் கடைப்பிடித்தக் கொள்கைகள் இந்த மலைகள் அளவுக்குப் பழமையானவை என்றார். காந்தி தன் வாழ்வே தான் விட்டுச்செல்லும் செய்தி என இயம்பியவர். ஒட்டுமொத்த வாழ்வையும் பரிசோதனைக் களமாக ஆக்கி, நேர்மையாக எல்லாவற்றையும் பதிவு செய்தவர், தனது நிலைப்பாடுகளுடன் வரலாற்றில் முட்டி மோதி அவற்றைத்

ஆயிரம் காந்திகள் | 17

தொடர்ந்து மறுபரிசீலனை செய்யத் தயங்காதவர். நடைமுறை யதார்த்தம் மற்றும் சமரசத்திற்கு மிகுந்த முக்கியத்துவம் அளித்தவர். இந்தச் சூழலில் 'காந்தியம்' என்று ஒன்று உண்டா எனும் கேள்வி எழுவது நியாயமானது.

நவீன தொழில்மய முதலாளித்துவம், மார்க்சியம், தாராளவாத ஜனநாயகம் போன்று காந்தியத்தையும் ஒரு உலகப் பார்வையாகக் கருதும் ஒரு தரப்பும் காந்தியின் காலத்திலேயே உண்டு. தனிமனித – சமூக – பொருளியல் – அரசியல் என அனைத்துத் தளத்திலும் தனக்கென தனித்துவமான வாழ்க்கைப் பார்வையைக் கொண்டுள்ளதைத்தான் உலகப் பார்வைகளாக (world view) அங்கீகரிக்கிறோம். காந்தியின் போதனைகளில் இருந்தும், வாழ்விலிருந்தும் இப்படியொரு கட்டமைப்பை உருவாக்க இயலும். ஒரு மாற்று உலகப் பார்வையை உருவாக்குவதற்கான அடித்தளங்கள் காந்தியிடம் உள்ளதால் காந்தியம் என்று ஒன்றை வரையறை செய்து கொள்வதில் எவ்வித தவறும் இல்லை என்பது மற்றொரு தரப்பு. காந்தியம் என்பது காந்தியுடன் தேங்கி நின்று விடுவதில்லை, அதிலிருந்து வேர்கொண்டு அடுத்தடுத்த தளங் களில் பயணம் செய்வது. காந்தியை விடவும் அவர் அடை யாளப்படுத்திய விழுமியங்கள் பிரம்மாண்டமானவை. காந்தியின் தனிமனித தோல்விகள், குறைபாடுகள் என நாம் கருதுபவற்றுக்கு அப்பாற்பட்ட மகத்தான லட்சியவாத கனவுதான் காந்தியம்.

காந்தியின் ஒட்டுமொத்த வாழ்வின் சாரம் என்பது சத்தியம் தான். சத்தியத்தை கடைப்பிடித்தலில் உள்ள நடைமுறைச் சிக்கல்களையும், எதிர்கொண்ட சவால்களையும் பற்றிச் சிந்தித்தார், அதன் ஆற்றலை ஆக்கப்பூர்வமாகப் பயன்படுத்திக் கொள்ள முனைந்தார். சத்தியம் என்பதும் உண்மை (truth and reality) என்பதும் ஒன்று போலவே இருந்தாலும் இவை யிரண்டிற்கும் நுட்பமான வேற்றுமை உண்டு என்றே எண்ணு கிறேன். உண்மை புறவயமானது, உலகியலிலுடன் உரையாடுவது, சத்தியம் உலகியலுக்கு அப்பாற்பட்ட ஆன்மீகச் சாரத்தை குறிப்பது. நிலையான உண்மையைக் குறிப்பது. காந்தி இரண்டையும் கணக்கில் கொண்டவர். உள் முரண்பாடுகளற்ற மனிதனை உருவாக்குவதன் மூலம் முரண்பாடுகளற்ற சமூகத்தை உருவாக்க முடியும் எனக் கருதியவர். ஆகவே காந்தியத்தின் முதல்பெரும் அடிப்படை வரையறை என்பது சத்திய வேட்கை என கூறலாம்.

காந்தியம் தனிமனிதனில் இருந்து தொடங்குகிறது. நவீன தொழில்மய முதலீயம், மார்க்சியம் ஆகியவை தனி மனித அறம், ஒழுக்கம் பற்றி அதிகம் விவாதிப்பதில்லை. காரணம் அவை மக்களைத் தனி மனிதர்களாகக் கொள்ளாமல் பெருந்திரளாகவே கருதுகின்றன. காந்தியின் தனி மனித அறம் இந்து மற்றும் சமண மதத்திலிருந்து தனக்குத் தேவையானவற்றை எடுத்துக்கொள்கிறது. குறிப்பாக யோக மரபின் நியமங்களை அடிப்படையாகக் கொண்டதாகவே அவருடைய பார்வை இருக்கிறது. விக்டோரிய ஒழுக்கவியலும் அவருடைய பார்வையை வடிவமைத்தது என்று பலர் கருதக்கூடும். காந்தி சமூகத்தை மக்கள் திரளாகக் கருத வில்லை, தனிமனிதர்களின் தொகுப்பாகவே பார்த்தார். தங்களைத் தாங்களே சரியாக நிர்வகித்துக்கொள்ளும் தனி மனிதர்களால் ஆன சமூகம் இயல்பாகவே தற்சார்பு கொள்ளும். புலனடக்கம், புலால் உண்ணாமை, போதைப் பழக்கம் இல்லாதது போன்றவை அவர் முன் வைத்த தனி மனித ஒழுக்கங்களில் மிகவும் முக்கியமானவை.

சமூகத் தளத்தில் காந்தியத்தின் மிக முக்கியமான பங்களிப்பு என்பது எல்லாத் தரப்புகளையும் உள்ளடக்கிய சமூகத்தைக் கனவு கண்டது எனக் கூறலாம். காந்தியின் சமூகத்தில் எவ்விதப் பேதங்களுக்கும் இடமில்லை. உழைக்கும் வர்க்கம், சுரண்டும் வர்க்கம் என்றெல்லாம் அவர் எதிர்த்தரப்புகளை அடையாளப் படுத்தவில்லை. மத ரீதியாகவும், பிறப்படிப்படையிலும், பால் அடிப்படையிலும் எவரையும் அது இழிவாகக் கருதவில்லை, எவரையும் விலக்கவும் இல்லை. சுருக்கமாகச் சொல்வதானால் ஒரு பொது எதிரியை உருவாக்கி, தனது சித்தாந்தத்தை நிறுவிக் கொள்ளும் நிர்ப்பந்தம் காந்தியத்திற்கு இல்லை. ஒருபோதும் அது 'பிறரை' கட்டமைப்பதில்லை. காந்திய சமூகம் கூட்டுறவையும் பரஸ்பர சார்பும், நட்புறவும் கொண்ட தனிமனிதர்களால் ஆனதாகவே இருக்கவியலும். காந்திய சமூக அமைப்பு சமூகப் பொது அறங்களை மறுவரையறை செய்துகொண்டே இருக்கும், பரிசீலனை செய்தவண்ணம் இருக்கும். எவ்வித மாற்றங்களையும் தனிமனிதர்களின் மீது திணிக்காமல் அவனுடைய ஆழ்மனதுடன் ஆக்கப்பூர்வமாக உரையாடும், மேம்பட்ட மாற்றத்திற்காக காத் திருக்கும், எல்லாவற்றையும் தலைகீழாக ஓரிரவில் மாற்றிவிட முடியாது எனும் புரிதல் கொண்டதாக இருக்கும். ஆனால் அதற் காகப் போராடாமல் ஒடுங்கி கொள்ளாது. புகை, மது போன்ற போதை வஸ்துக்களுக்கு காந்திய சமூகத்தில் இடமிருக்காது.

காந்தியப் பொருளாதாரம் தனிமனிதனின் நுகர்வைக் கட்டுப் படுத்துவதில் தொடங்குகிறது. ஒருவகையில் அவர் அறிவுறுத்தும் புலனடக்கம் கூட நுகர்வுடன் நெருங்கிய தொடர்புடையதாகத் தோன்றுகிறது. உற்பத்திக்கு ஏற்ப நுகர்வோரை உருவாக்க வேண்டும் என்பதல்ல காந்திய பொருளியல், மாறாக நுகர்வோரின் அடிப்படைத் தேவைகளை அவரவர் பூர்த்தி செய்து கொள்வது தான் காந்திய பொருளியல். தற்சார்பு என்பதே காந்தியப் பொருளியலின் இலக்காக இருக்க முடியும். ஆற்றலை மறு சுழற்சி செய்து பயன்படுத்த முனையும். இயற்கை வளங்களை இயன்ற வரை பேண முயலும். சூழலியல் பிரக்ஞையுடன் மனிதனை உயிர்வலையின் ஒரு பகுதியாக கருதி அதற்கேற்ப பொருளியல் நடைமுறைகள் கடைப்பிடிக்கப்படும். காந்தி பணம் ஈட்டும் ஆற்றலை, வணிகத் திறனை வீணாக்க விரும்பவில்லை என்பதையும் நாம் கவனத்தில் கொள்ள வேண்டும். அதற்காக அவர் வரையறுத்ததுதான் அறங்காவலர் முறை. மார்க்சியம் கனவு காணும் சமத்துவத்தை வன்முறையின்றி சாதிக்கச் சிறந்த வழிமுறை அதுதான் எனக் கருதினார். அதீத நுகர்வு வன்முறையை உருவாக்குகிறது. காந்தியம் அறிவியலுக்கு எதிரானது அல்ல. ஆனால் தொழில்நுட்பத்தைக் கவனத்துடன்தான் அது அணுகும். அதன் உள்நோக்கத்தை ஐயப்படும். அடிப்படை தொழில்நுட்பங்கள் பெருந்திரள் மக்களின் வாழ்விற்கு பய னுள்ளவை எனும் பட்சத்தில் அவற்றை ஊக்குவித்து வரவேற்கும். தாக்குப்பிடிக்கும் பொருளியலுக்கு உகந்த தொழில்நுட்பத்தை முன்னெடுக்கும். பிழைப்பதற்காக பெருநகரங்களுக்கு இடம்பெயர வேண்டிய நிர்ப்பந்தம் இருக்காது. பெருந்தொழில்களுக்கு மாற்றாக வேளாண்மையும், எளிய சிறு தொழில்களும் முக்கியத் துவம் பெறும்.

காந்திய அரசியல் அகிம்சையை அடிப்படையாகக் கொண்டது. தேசிய எல்லைகளைக் கடந்தது, எதிரிகளை உரு வாக்காத அரவணைக்கும் அரசியல். காந்திய நிர்வாகம் தற்சார் புடைய கிராமங்களால் ஆனதாக இருக்கும். அதிகாரப் பரவலாக்கம் காந்திய அரசியல் நிர்வாகத்தின் மிக முக்கியமான அம்சமாகும். பாதுகாப்பு குறித்து அதீத அச்சமும், முன் எச்சரிக்கையும் காந்திய சமூகத்தில் செல்லுபடியாகாது. மக்களின் பாதுகாப்புணர்ச்சிக்கும் ராணுவத்திற்கும், காவல் துறைக்கும், அதீத ஆயுதக் குவிப்பிற்கும் எவ்விதத் தொடர்பும் இல்லை என்பதை காந்திய சமூகம் உணர்ந்தே இருக்கும். மைய அரசு

என்பது வழிகாட்டியாகவும், ஒருங்கிணைப்பாளராகவும் மட்டுமே செயல்படும். அநீதிக்கு எதிராக நியாய உணர்வுடன் நேர்மையாக சமரசமின்றி தொடர்ந்து போராடுவது காந்திய அரசியலின் முக்கிய அம்சமாகும். எதிர்த்தரப்பின் நியாயங்களை உணர்ந்துகொண்டு திறந்த மனதுடன் உரையாடலில் ஈடுபடும். அங்கு வெறுப்பு அரசியலுக்கு இடமிருக்காது. காந்திய அரசியலில் எந்தத் தரப்பிற்கும் தோல்வி ஏற்படாது. இரு தரப்புமே வெற்றி பெற்றதாக உணரும்.

காந்தியம் தனது லட்சியங்களை அடைய நடைமுறை யதார்த்தம் சார்ந்த வழிமுறைகளையே பயன்படுத்தும். அதன் போக்கில் மெதுவாக, அவசரமின்றி, ஆரவாரமின்றி மாற்றத் திற்காக உழைக்கும். காந்தியம் என்பது பல அடுக்குகள் கொண்டது. அடிப்படையில் மனிதர்களின் நல்லியல்புகள் மீது நம்பிக்கை கொள்கிறது. காந்திய கல்வி என்பது தொழிற்கல்வியை அடிப்படையாகக் கொண்டதாக இருக்கும்.

காந்தியின் மிக முக்கியமான சாதனை என்பது மரபான ஆன்மீக நாட்டத்தை சமூக நலனிற்காக மடைமாற்றியது எனக் கூறலாம். ஆன்ம சாதனையும், உலகியலும் துண்டித்துக் கிடந்த சூழலில் அவைகளை ஒரு நாணயத்தின் இரு பக்கங்களாக ஒருங்கிணைத்தது காந்தியின் பங்களிப்புகளில் ஒன்று.

இந்த வரையறைகள், வேறு சில கேள்விகளை எழுப்பக்கூடும். மண்டேலா மூன்று திருமணங்கள் புரிந்தவர், அப்படியென்றால் காந்தி வலியுறுத்திய பிரம்மச்சரியத்தை மீறியவர் ஆகிறார் என்பதால் அவர் காந்தியர் அல்ல என்றாகுமா? மது அருந்தக் கூடிய, புகைபிடிக்கக் கூடிய ஒருவரை காந்தியர் என அழைக்க இயலுமா? காந்திய ஆன்மீக நாட்டம் இல்லாத, ஒரு நாத்திகவாதி காந்தியராக இருக்க இயலுமா? புலால் உண்பவரை 'காந்தியர்' என அழைக்கவியலுமா? இக்கேள்விகள் சிக்கலானவை. ஆனால் அடிப்படையானவையும் கூட. ஒழுக்க விதிகள் கால, தேச, பண்பாடுகளை பொருத்து மாறக்கூடியவை. அடிப்படையில் தன் மீதும், தன் வாழ்வின் மீதும் கட்டுப்பாடு கொண்டிருக்க வேண்டும், தன் நடத்தைகளுக்கு முழுவதுமாகப் பொறுப்பேற்க வேண்டும் என்பதே காந்தி முன்வைக்கும் ஒழுக்க விதிகளின் சாரமாக இருக்க முடியும். காந்தியை நகலெடுப்பவர்களுக்கும், காந்தியை உள்வாங்கியவர்களுக்கும் உள்ள முக்கியமான வேறு பாடு. காந்தியை சடங்காக பின்பற்றுவதற்கும் அவரை சுய

அனுபவத்தில் பரிசீலித்து நடைமுறை வாழ்வில் அவருடைய சாரத்தைக் கொணர்வதற்குமான வேறுபாடு. காந்தி, பல காந்திகளையும், பல காந்தியர்களையும் உருவாக்கினார்; உருவாகக் காரணமாக இருந்தார். காந்தியர்கள் முக்கியமானவர்கள் தான்; ஆனால் காந்திகளே அசலானவர்கள்.

ஒட்டுமொத்தமாக யோசிக்கும்போது காந்தியத்தின் குறைந்த பட்ச வரையறை எனச் சிலவற்றைக் குறிப்பிட முடியும். சத்தியம், அகிம்சை, சமரசம், சமத்துவம் ஆகியவற்றுடன் காந்தியின் இப்புகழ் பெற்ற மேற்கோள் தான் காந்தியத்தின் குறைந்தபட்ச வரையறையாக இருக்கவியலும் என்று தோன்றுகிறது.

"நீ குழப்பத்தில் இருக்கும்போதும், உன்னைப் பற்றிய எண்ணங்கள் உன் உள்ளத்தை நிறைக்கும்போதும், நீ பின்வரும் சோதனையை மேற்கொள்ள வேண்டும்: நீ அறிய வந்தவர்களில் மிகுந்த ஏழ்மையில் இருந்த அந்த மிக எளியவனின் முகத்தை நினைத்துப் பார். அடுத்து நீ என்ன செய்ய வேண்டும் என்று நினைத்திருக்கிறாயோ, அது அவனுக்குப் பயன்படுமா என்று உன்னையே கேட்டுக் கொள். அதனால் அவனுக்கு நன்மை ஏதேனும் ஏற்படுமா? தனது வாழ்க்கையையும், விதியையும் தீர்மானித்துக் கொள்ளும் உரிமையை அவனுக்கு அது திரும்பப் பெற்று தருமா? வேறு சொற்களில் சொல்வதானால், பசியிலும், ஆன்மிக வறுமையிலும் வாடும் பல கோடி மக்களுக்கு அதனால் ஸ்வராஜ்யம் கிடைக்குமா? இந்தக் கேள்வியில் உன் குழப்பங்களும், தன்னுணர்வும் கரைந்தே போகும்." ❑

2

பனிமலையில் ஒரு தனி மரம்

இமயத்தின் தூய வெண்பனி படர்ந்தது போல் வெண் தாடியும், நரை மயிரும் கொண்ட இந்த முதியவர், நடுக்கும் குளிரில் ஒற்றை மண் குடிலில் பாகீரதி நதியின் தீரத்திலே அவருடைய மனைவியோடு பல வருடங்கள் வாழ்ந்தவர். சுந்தர்லால் பகுகுணா நம் காலத்தில் வாழ்ந்து மறைந்த காந்தியர்களில் மிக முக்கியமானவர். மே 2021இல் தனது 94 வயதில் காலமானார்.

எழுபதுகளில் தொழில்மயமாக்கல் அதன் உச்சத்தில் இருந்த காலம் சூழலியல் பாதிப்புகளைப் பற்றி மக்கள் பெரிதாகக் கவலைப்படாத காலக்கட்டம். அப்பொழுது மலர்ந்த இயக்கம் தான் சிப்கோ இயக்கம். அந்த இயக்கமே இந்திய அளவில் சூழலியலுக்கான முதல் மற்றும் முக்கியமான இயக்கம் என உறுதியாகச் சொல்லலாம் .அந்த இயக்கத்தில் பல பிராந்தியத் தலைவர்களின் பங்களிப்பு இருந்தாலும், அதில் மிக முக்கிய மானவர் பகுகுணா.

இமாலயத்தில் தெஹ்ரி அணைக்கு எதிராக, அணையை ஒட்டி ஒரு சிறு குடிலை அமைத்து கணவனும் மனைவியுமாக இரு தசாப்தங்களுக்கு மேலாக வாழ்ந்தும், தொடர்ந்து போராடியும் வந்தனர். 2004ஆம் ஆண்டு அவரை அங்கிருந்து அப்புறபடுத்தியது அரசு. பிறகு கோட்டியில் பாகீரதி நதியை ஒட்டி ஒரு இரண்டுமாடி வீட்டில் அவருடைய மனைவியோடு வாழ்ந்து வந்தார். நிலமிழந்து, உடல் தளர்ந்து, போராட வலுவிழந்து நிற்கும் சமயத்தில் அவர் உள்ளமெல்லாம் கசந்து

விரக்தியில் "எதிர் நீச்சல் போடுபவர்கள் எப்பொழுதும் தனித்தே இருப்பர், என்னைப் போன்ற சமூக ஆர்வலர்களுக்கு இவை நான்கும்தான் இறுதியில் மிஞ்சும் – கேலி, உதாசீனம், தனிமை மற்றும் அவமானம். இதுவே ஒவ்வொரு சமூகப் போராளியும் பெறும் உயர்ந்த விருதும் கூட" என்றார்.

ஜனவரி 9, 1927இல் இமாலயத்து, கார்வால் பகுதியில் உள்ள ஒரு கிராமத்தில் பிறந்தார். காந்தியக் கோட்பாடுகளான அகிம்சை, சத்யாக்கிரகம் போன்றவற்றின் மீது அவருக்கு இளம் வயதிலேயே நாட்டம் ஏற்பட்டது. 13ஆவது வயதிலேயே அவரது அரசியல் செயல்பாடு தொடங்கியது. அவரைக் காட்டிலும் மூத்தவரான ஸ்ரீதேவ் சுமன், தேசிய சுதந்திரப் போராட்டத்தில் அப்பொழுது அந்த பகுதியில் முன்னிலை வகித்தார். அவரே பகுகுணாவின் உற்ற தோழர் மற்றும் ஆசிரியரானார். அகிம்சை மற்றும் சத்தியாகிரகப் போராட்டம் எப்படிச் செயல்படும், அது எத்தகைய மாற்றங்களைக் கொண்டுவரக்கூடும் என்று அவருடைய வழிகாட்டுதலினால் புரிந்துகொண்டார்.

ஓரளவு வசதியான குடும்பத்தில் பிறந்து இருந்தாலும் கூட, அவரது தாயார் ஒரு நாளைக்கு 18 மணிநேரம் கடுமையாக உழைத்தார். அது அவரை மிகவும் பாதித்தது. பெண்களின் குடும்ப மற்றும் வேலைப் பளுவைக் குறைக்க ஏதேனும் செய்ய வேண்டும் என்று உறுதி பூண்டார். காந்தியால் கவர்ந்திழுக்கப்பட்டு அரசியலுக்கு வந்தார். 1956இல் அவருக்கு திருமணம் ஆகும்வரை அவர் பொதுவாழ்வில் இருந்தார். அவரது மனைவி விமலாவுடன் மீண்டும் கிராமத்திற்கே வந்தார். விமலாவும் ஒரு காந்தியவாதி. சுயநலத்தை விடுத்து உத்தராகண்ட் கிராமப்புறங்களுக்கு இணைந்து சேவை செய்ய ஒப்புக்கொண்டால் மட்டுமே திருமணம் என நிபந்தனை விதித்தார்.

1960–களில் அவர்களுடைய சுற்றுவட்டத்தில் குடிப் பழக்கத்தால் குடும்பங்கள் குறிப்பாக பெண்கள் சீரழிவதைக் கண்டு சுந்தர்லால் பகுகுணாவும் அவரது மனைவி விமலாவும் வெதும்பினர். மதுபானம் அவர்களது இயல்பான பானம் இல்லை, இந்திய சீன எல்லையில் இருந்ததால், எல்லையைக் கடந்து மதுவகைகளைக் கடத்திச் சென்ற வகையில் கிராமத்திற்குள் நுழைந்தது. மேலும் சட்ட விரோதமாக மரங்களை வெட்டிக் கடத்திச் செல்லும் ஒப்பந்ததாரர்கள் கிராமத்தின் எதிர்ப்பை நீர்த்துப்போக வைக்க கிராமத்து ஆண்களைக் குடிக்கப்

பழக்கினர். இதை எதிர்த்து கிராமம் கிராமமாக அங்குள்ள பெண்களைச் சந்தித்து அவர்களுக்கு ஆலோசனை வழங்கினார். தொடர்ந்து குடிக்கு எதிராக தீவிர பிரச்சாரத்தை முன்னெடுத்தார். மேலும் தீண்டாமைக்கு எதிராகவும், அவரது மனைவியோடு இணைந்து தீவிரமாகச் செயல்பட்டார். மலைவாழ் பெண்களைக் கொண்டு குடிப்பழக்கத்திற்கு எதிராக ஒரு அமைப்பை உருவாக்கி தொடர்ந்து போராடினார்.

இமயமலைத் தொடர் பல மருத்துவ குணநலன்களுடைய அரிய தாவரங்கள் கொண்ட மிக முக்கியமான வனப்பகுதியாகும். வனத்தில் வசிக்கும் மக்களுக்கு அங்குள்ள மரங்களும் இயற்கை வளங்களுமே வாழ்வாதாரம். ஆங்கிலேய காலனியாதிக்க காலக் கட்டத்தில் இமாலயத்தின் இயற்கை எழில் சூறையாடப்பட்டது. அதே மனப்பாங்கு விடுதலைக்குப் பின்பும் தொடர்ந்தது. அரசிடம் குறிப்பிட்ட சில பகுதிகளில் மரம் வெட்ட ஒப்பந்தம் செய்து கொண்டு சட்டவிரோதமாக மரங்களை வெட்டி வீழ்த்தினர். வெளியிலிருந்து வேலையாட்களை வரவழைத்தனர். மலைவாழ் மக்களுக்குச் சரியான கூலியைக் கூட வழங்கவில்லை. கார்வால், தெஹ்ரி போன்ற பகுதிகள் அதிகமாக மக்கள் புழங்காத இடங்கள். 1962இல் சீனப் போரில் ஏற்பட்ட பின்னடைவுக்குப் பிறகு இந்திய அரசு சுதாரித்துக்கொண்டு மலைப் பகுதிகளில் ராணுவத் தளவாடங்களை இறக்கியது. சாலைகள் அமைப்பது, ராணுவத் தளம் அமைப்பது என்று மெதுவாக காட்டின் சுற்றளவு குறைந்துகொண்டே வந்தது. மேலும் அங்கு பல கனிமங்கள் இருப்பது கண்டுபிடிக்கப்பட்டதால், அது சட்ட விரோதமான சுரங்கத் தொழிலுக்கு வழிகோலியது.

மரங்கள் வெட்டப்பட்டதால் மண் அரிப்பு ஏற்பட்டது. மழைநீர் மொத்தமும் வழிந்தோடி மலைப்பகுதியில் தண்ணீர்ப் பஞ்சம் வந்தது. மேலும் விறகு சுள்ளி பொறுக்கி வாழ்ந்து வந்த அம்மக்களின் வாழ்வாதாரச் சிக்கலாக உருவெடுத்தது. தண்ணீர் பிரச்சனை எங்கும் பரவியதால் அவர்கள் ஆடு மாடுகள் வளர்ப்பது இயலாத காரியமாக ஆனது. குழந்தைகளுக்கு ஊட்டச்சத்து குறைந்து நோய்வாய்ப்பட்டனர். பொருளாதாரம் நலிவடைந்தது. பலரும் தங்கள் மலைக் கிராமங்களிலிருந்து இடம்பெயர்ந்து சமவெளிக்கு வந்து வேறு பணிகளில் ஈடுபடத் தொடங்கினர்.

அலக்நந்தா ஆற்றில் 1970 களில் ஏற்பட்ட பெரு வெள்ளம் மிகப்பெரிய பாதிப்பை ஏற்படுத்தியது. பல கிராமங்கள்,

சாலைகள் நீரில் மூழ்கின. அதைத் தொடர்ந்து மிகப் பெரிய நிலச்சரிவுகளும் ஏற்பட்டன. கார்வால் மக்கள் சூழல் சீர்கேட்டின் வெம்மையை உணர்ந்தனர். அதுவரையிலான சூழலியல் குரல்கள் யாவும் மெத்தப்படித்த மேதாவிகளின் தேநீர் சமயப் பேச்சுக்களாக மட்டுமே இருந்தன. சூழலியல் சிக்கல் அடித்தட்டு மக்களின் வாழ்வாதாரத்தை கேள்விக்குள்ளாக்குவதாக அப்பொழுதுதான் உருவெடுத்தது. மற்றொரு காந்தியரான சன்டி பிரசாத் பட் இதற்காக ஒரு இயக்கத்தைத் தொடங்கினார். இவரும் சிப்கோ இயக்கத்தின் முக்கிய முன்னோடியாவார்.

சிப்கோ என்றால் ஒட்டிக்கொள்ளுதல் என்று இந்தியில் பொருள். 1974இல் முதல் போராட்டம் தொடங்கியது. ரெனி எனும் கிராமத்தில் உள்ள பெண்கள் தன்னிச்சையாக அனைவரும் திரண்டனர். மரங்களை வெட்ட உரிய ஆயுதங்களோடு ஆட்கள் வந்திறங்கினர். கூடி நின்ற கிராமத்துப் பெண்கள் அனைவரும் மரங்களைச் சுற்றி சூழ்ந்து கட்டிப்பிடித்துக் கொண்டு அவற்றை வெட்டவிடாமல் தடுத்தனர். வெட்டவந்த ஆட்கள் தயங்கினர். இது மிக வேகமாக மற்ற பகுதிகளில் பரவியது. பெறும் உத்வேகத்தோடு ஒவ்வொரு ஊரிலும் பெண்கள் கூட்டம் கூட்டமாக இந்த அகிம்சை அறப்போராட்டத்தில் பங்கெடுத்தனர்.

கூட்டத்தின் தலைமை ஆண்களாக இருந்தாலும், இது பெண்களின் போராட்டமாகியது. பெண்கள் அமைதியாக, நிதானமாக, தீர்க்கமாக, அகிம்சை வழியில் நடத்திய வரலாற்று சிறப்புமிக்க போராட்டம் இது என்பதால் உலகம் முழுவதும் கவனம் பெற்றது. போராட்டம் இமயத்தின் மற்ற பகுதிகளுக்கும் பரவியது அத்தோடு நில்லாமல், விதர்பத்திலும், மேற்கு தொடர்ச்சி மலையிலும் கூடத் தொற்றிக்கொண்டது. பிற்காலங்களில் உலகெங்கும் இப்படி மரங்களை கட்டிக்கொண்டு சூழலியல் ஆர்வலர்கள் காடழிப்புக்கு எதிராக போராடினர். இது ஒரு முன்னோடி இயக்கம் என்று நிச்சயம் சொல்லலாம். மலைவாழ் மக்களின் போராட்டம் வெளியுலகிற்குத் தெரிய ஆரம்பித்தது. மேலும் பல குரல்கள் நாடெங்கிலும் ஒலித்தன. காடழித்தலுக்கு எதிரான காட்டின் சத்தியாகிரகம் என்று புகழப்பட்டது. காடு வளர்ப்பின் முக்கியத்துவத்தை உலகு முழுக்க உணர்த்தியது.

இந்தப் போராட்டத்தில் பல பிராந்தியத் தலைவர்கள் பங்கெடுத்தனர். அதன் உச்சக்கட்டத்தில் தீர்வை நோக்கி அழைத்துச் சென்ற முக்கிய ஆளுமைகளில் பகுகுணா ஒருவர்.

1981–1983 காலங்களில் இமாலயம் முழுவதும், காஷ்மீரத்தில் தொடங்கி கோஹிமா வரை மேற்கிலிருந்து கிழக்கு நோக்கி, சுமார் ஐந்தாயிரம் கி.மீக்கள் கால்நடையாகப் பயணம் செய்து, சிப்கோ இயக்கத்திற்கான ஆதரவைத் திரட்டினார். அன்றையப் பிரதமர் திருமதி. இந்திரா காந்தியைச் சந்தித்து பேச்சு நடத்தினார். அதன் விளைவாக அடுத்த பதினைந்து ஆண்டுகளுக்கு உத்திரப் பிரதேசத்தின் 40,000 சதுர கி.மீ அளவுக்கு பரந்துள்ள இமாலய வனப் பகுதிகளில் பச்சை மரங்களை வெட்டத் தடை பிறப்பித்தார். இது ஒரு முக்கிய சாதனையாகும்.

சிப்கோ இயக்கத்திற்கு அவரின் பங்களிப்புக்காக 1987ஆம் ஆண்டு அவருக்கு வாழ்வுரிமை விருது வழங்கப்பட்டது. 2009இல் இந்தியக் குடிமகனுக்கான இரண்டாவது உயரிய விருதான பத்ம விபூஷண் இந்திய அரசால் வழங்கப்பட்டு கௌரவிக்கப்பட்டார். சிப்கோ இயக்கத்தில் தொடங்கிய சூழலியல் ஆர்வம் அப்படியே ஒட்டுமொத்த இமயத்தைக் காக்கும் இயக்கமாக மலர்ந்தது. அவரது அடுத்த போராட்டமும் இமயத்துக்காகத்தான்.

அதன்பின்பு பகுகுணா தெஹ்ரி அணைக்கு எதிராகத் தீவிரமான போராட்டங்களைத் தொடங்கினார். 1995இல் சுமார் 45 நாட்கள் பாகீரதி நதிக்கரையில் தொடர் உண்ணாவிரதம் இருந்தார். பின்னர் அப்போதைய பிரதமர் நரசிம்மராவ் வந்து அணை கட்டுவதால் ஏற்படும் சூழலியல் சிக்கல்களை ஆராய ஒரு நிபுணர் குழு அமைப்பதாக உத்திரவாதம் அளித்ததன் பேரில் உண்ணாவிரதத்தை முடித்துக்கொண்டார். அதன்பின்பு மீண்டும் தேவகௌடா ஆட்சிக் காலத்தில் தொடர்ந்து 74 நாட்கள் ராஜ்காட் காந்தி சமாதியில் உண்ணாவிரதம் இருந்தார். தேவகௌடா தனிப்பட்ட முறையில் மறுஆய்வு செய்வதாக உத்திரவாதம் அளித்தார். அத்தனை கடந்த பின்பும் உச்சநீதி மன்றத்தில் வழக்கு நிலுவையில் இருந்தும், கங்கையின் மூல நதியான பாகீரதி நதியின் ஓட்டத்தை தடுத்து தெஹ்ரியில் 2001ஆம் ஆண்டு அணை எழுப்பப்பட்டு விட்டது. அத்தனைப் போராட்டங்களை தாண்டி 2004ஆம் ஆண்டு முதல் நீர்நிலையில் மின்சார உற்பத்தி தொடங்கியது. அவர் இந்த வயதிலும் தனது போராட்டத்தை கைவிடவில்லை. சில ஆண்டுகளுக்கு முன் அண்ணா ஹசாரேவின் உண்ணாவிரதத்திற்கு ஆதரவு தெரிவித்து டெஹ்ராடூனில் தர்ணாவில் ஈடுபட்டார். "உண்மையான

ஜனநாயகம் என்பது செல்வந்தர்களை மேலும் செழிப்பாக்குவதல்ல; மாறாக ஏழைகளின் வாழ்க்கைத் தரம் உயர்வதுதான். மக்களின் கரங்களில் அதிகாரம் இல்லாத பொழுது அது எப்படி மக்களாட்சியாகும்?" என்று ஜனநாயகம் குறித்து தனது விமர்சனத்தை பதிவுசெய்துள்ளார்.

மரப் பயன்பாட்டுக்கான மாற்றுகளை உருவாக்க அறிவுறுத்தினார். வாழ்வுரிமை விருது பெறும்பொழுது அவர் ஆற்றிய உரை மிக முக்கியமானது. அவரது மெய்யியல் நம்பிக்கை மூன்று அம்சங்களை முன்வைத்தது, ஆங்கிலத்தில் 3 A'S என்றழைத்தனர் (austerity, alternative, afforestation) அதாவது சிக்கனம் – நம் பயன்பாடுகளை குறைத்துக்கொள்வது, அதன் மூலம் வளங்களைத் தக்கவைத்துக் கொள்வது, இரண்டாவதாக, மாற்று வழிகளைப் பயன்படுத்துவது – முக்கியமாக மர பொருட்களுக்கு உரிய மாற்றுகளைப் பயன்படுத்துவது, மூன்றாவதாக காடு வளர்ப்பு – பிராந்தியத்தில் நன்றாக வளரக்கூடிய, எளிதில் கிடைக்கக்கூடிய, பயனுள்ள மரங்களை வளர்த்தல். அதன் மூலம் காட்டை நம்பி இருக்கும் மக்களுக்கு உணவு, தீனி, விறகு, வருமானம் போன்றவை கிடைத்து தன்னிறைவு பெறுவார்கள். அத்தோடு அனைவரின் அத்தியாவசியத் தேவைகளான மாசற்ற காற்று, நீர், வளமான மண் ஆகியவை அனைத்துமே காடு வளர்ப்பினால் சாத்தியமாகும் என்று அவர் கருதுகிறார்.

மேலும், காடு நம் கலாச்சாரத்தில் முக்கிய பங்காற்றுகிறது. பெரும் முனிவர்களும் துறவிகளும் காட்டிற்கு வந்து தவமிருந்து, இவ்வுலகிற்கு ஒளி வழங்கினர்; உலகத்தின் சிக்கலுக்குத் தீர்வுகளை வழங்கினர்; மக்களை வழிநடத்தினர். இவை காடு கற்றுக் கொடுத்த பாடமும் ஆகும். அவர்களுக்குப் புதிய புரிதல்கள் சாத்தியமானது. இயற்கையின் படைப்பில் மனிதன், மிருகம், பூச்சி, மரம், செடி, பறவை, நதி, மலை என அனைத்திலும் உயிருள்ளது. ஒவ்வொரு உயிரையும், அதற்குரிய மரியாதையோடு நடத்த வேண்டும் என்பதே காடு நமக்கு கற்றுக்கொடுக்கும் ஆகப்பெரிய பாடம் எனக் காட்டுக்கும், மனிதனுக்குமான உறவைப் பற்றிக் குறிப்பிடுகிறார்.

நவீன நாகரீகத்தின் மீதான விமர்சனத்தை முன்வைக்கிறார். மாசுபடுதலையும், காடழித்தலையும் தனித்தனியாகப் பார்க்க முடியாது. இரண்டும் ஒன்றோடொன்று பின்னிப் பிணைந்தவை. போரும் அதன் தொடர்ச்சியாக வரும் வறுமையும் போல.

இவ்விரு சிக்கல்களையும் நாம் ஒன்றாகவே எதிர்கொள்ள வேண்டும். இதன் பின்னணியில் இருப்பது நவீன நாகரீகம் நமக்குக் கற்றுக்கொடுத்த நுகர்வு கலாச்சாரமே. பொருள் சேர்க்கையே வளர்ச்சியாக முன்வைக்கப்படுகிறது. அது நமக்குள் பேராசையைப் பெருந்தீயாக வளர்த்துவிட்டது. அந்தத் தீ வளர்ந்து நம்மையும் அழித்து, நமது சுற்றத்தையும் அழிக்கிறது. நமது உலகியல் இன்பங்களுக்காக நமது உள் அமைதியையும், ஆன்ம மகிழ்ச்சியையும் அடகுவைத்து விட்டோம். புத்தர் 2500 ஆண்டுகளுக்கு முன்பே இதைக் கண்டுகொண்டார். ஆசையே அனைத்து துக்கங்களுக்கும் ஆணிவேர். ஆசையையும், தேவையையும் பிரித்தறிய வேண்டும் என அவ்வுரையில் குறிப்பிடுகிறார்.

காந்தியின் வார்த்தைகளை நினைவுகூர்ந்து உரையைத் தொடர்கிறார். நமக்கு மிகப்பெரிய சத்தியத்தை உணர்த்துகிறது "இந்த பூமி ஒவ்வொரு மனிதனின் தேவையையும் பூர்த்தி செய்யும், ஒருபொழுதும் அவனின் பேராசையை அதனால் திருப்தி செய்ய முடியாது." மானுடன் ஒட்டுமொத்தமாக நெறி பிறழ்ந்து வாழ்கிறான். அது ஒரு கொடிய நோய், அதன் குறிகளே போர், பஞ்சம், தீவிரவாதம், ஏழ்மை போன்றவை எல்லாம். இயற்கையுடன் இயைந்து வாழ்வதன் மூலமே அவன் அந்த நோயிலிருந்து விடுபட முடியும். இத்தகைய போராட்டங்கள் எப்பொழுதும் சிறுபான்மையின் குரலாகவே ஒலிக்கும், ஆனால் இந்த சிறு குழுக்களின் போராட்டங்களே மானுட குலத்தின் வரலாற்றை எழுதியுள்ளன என்பதை மறக்க வேண்டாம் என்று உணர்ச்சி மிகுந்த தனது உரையை நிறைவு செய்தார்.

"இம்மாதிரியான போராளிகளுக்கு அவர்களது எதிரிகளிட மிருந்து கிட்டும் ஒரே பாதுகாப்பு எதுவென்றால், அவர்களுக்கு ஏதேனும் அசம்பாவிதம் நிகழ்ந்தால் அது அந்த அரசுக்கு மிகப்பெரிய அவமானமாக முடியும் என்பதே ஆகும்" என்று பிரேசிலின் தனிமனித உரிமை இயக்கத்தின், மார்சியோ சாண்டினி கூறுகிறார். பகுகுணா அணைக்கு எதிரான போராட்டம் தோல்வி அடைந்ததில் வருத்தமடைந்தாலும் "ஒரு போராளி எப்பொழுதுமே நேர்மறையாகவே எண்ணுவான், நான் இதில் தோல்வி அடைந்ததாகக் கருதவில்லை, ஆனால் ஒட்டு மொத்த தேசமும் தற்காலிக வளர்ச்சி எனும் போதையில் ஆழ்ந்து துயில் கொண்டுள்ளது" என்று எச்சரிக்கிறார். அணை யிலிருந்து டெல்லிவரை தண்ணீர் எடுத்து செல்ல கால்வாய் அமைக்கப்பட்டதற்கு தனது கடும் எதிர்ப்பைப் பதிவுசெய்கிறார்,

“டெல்லியில் உள்ள அரசியல் தலைவர்கள் பல பாவங்களைச் செய்துள்ளனர். அதைக் கழுவ அவர்களுக்கு கங்கை தேவைப் படுகிறது, ஏற்கனவே யமுனை இப்படித்தான் பாழாக்கப்பட்டது.”

தண்ணீரே வருங்காலத்தில் நாடுகளுக்கு இடையேயான மிகப்பெரிய சிக்கலாக உருவெடுக்கும் என்றும், அடுத்த உலகப் போர் அதற்காகத்தான் இருக்கும் என்றும், தேசங்கள் நதிகளின் பாதைகளைத் தடுத்து வழிமாற்ற முயல்வார்கள் என்றும் எச்சரிக்கிறார். சீனா பிரம்மபுத்திரத்தில் அப்படிச் செய்ய வாய்ப்புண்டு எனக் கணிக்கிறார்.

தெஹ்ரி அணை சார்ந்து அவர் முன்வைக்கும் விமர்சனங்கள் இருதளத்திலானவை. முதன்மையாக இந்தியாவிலேயே மிக உயரமான அணையான தெஹ்ரி அணையைக் கட்டுவதற்கு பல்லாயிரக்கணக்கானோர் இடம் பெயர வேண்டியிருந்தது. அவர்களுக்கு உரிய இழப்பீடும், மாற்றும் வழங்கப்படவில்லை எனும் மனித உரிமை சிக்கல். இரண்டாவதாக இத்தகைய பெரிய கட்டுமானம் இமயமலைத்தொடர் போன்ற நிலநடுக்கப் பகுதியில் அமைப்பதில் உள்ள ஆபத்தும் சூழலியல் சீர்கேடும், அவருடைய விமர்சனத்திற்கு காரணமாகிறது. அணையைப் பற்றி பல முக்கிய சந்தேகங்களை எழுப்புகிறார். இமயமலை அதிகமும் சுண்ணாம்புப் பாறைகளால் ஆனது. இத்தகைய வலுவான அமைப்பை அது தாங்குமா என்பது சந்தேகமே, ஒருவேளை அணை உடைந்தால் ரிஷிகேஷ், ஹரித்வார், மீரட் வரை மொத்தமாக நீரில் முழ்கிவிட வாய்ப்புண்டு. அடுத்ததாக உருகிவரும் கௌரிமுக் பனிக்கட்டி, அதிலிருந்தே பாகீரதி உருவாகிறது, இத்தனை பொருட் செலவு செய்தபின்னர் இந்த அணை நிரம்பாமல் போக வாய்ப்புண்டு என்று அவர் கருதினார்.

இமயமலையையும், கங்கையையும் புனிதத்துவத்தின், தூய்மையின் சின்னமாகக் கருதினார். இந்துக்களுக்கு கங்கை புனித நதி. அதன் நீர்வரத்தை பாகீரதியில் கட்டப்படும் அணை பாதிக்கப்படும் என்பது மற்றொரு கவலை.

தன்னுடைய இயக்கமும் முயற்சியும் நிச்சயம் வீணாகவில்லை. அது வருங்காலத்தில் மக்களுக்கு வழிகாட்டும் என்று நம்பினார். வாய்மை என்றும் வீழாது, என்றேனும் அது வெற்றி பெறும், இதுவே அவரை இயக்கிய நம்பிக்கை. “இந்த இமயமலை வெறும் பாறைகளினாலும், கற்களினாலும் ஆன மலையல்ல; இது உணர்வுகளால் எழுப்பப்பட்ட மலை, நமது தேசத்தின்

ஆன்மாவை, பண்பாட்டை நாம் பேணவேண்டும் என்றால், இதைக் காக்க வேண்டும்" என்று பனிமலைகளில் தனிமரமாக இமயமலைச் சரிவுகளில் வலிகளைப் புதைத்துக்கொண்டு வாழ்ந்து மறைந்தார். கேதார்நாத் பெருவெள்ளம் போன்ற இயற்கைப் பேரிடர்கள் தெஹ்ரி அணையுடன் தொடர்புப்படுத்திக் காண முடியும். அவ்வகையில் பகுகுணா ஒரு தீர்க்கதரிசிதான்.

சிப்கோ போல் தெஹ்ரி அணைக்கு எதிரானப் போராட்டத்துக்கு அத்தனை எளிதில் பரவலான மக்கள் ஆதரவு கிடைக்கவில்லை. அது உள்ளூர்ச் சிக்கலாக மட்டுமே பார்க்கப் பட்டது. பெரும் கட்டுமானங்கள் பெரிய லட்சியங்களை முன் வைக்கின்றன. அவை அதிகமானவர்களுக்கு நன்மை அளிக்கும் எனச் சொல்லப்படுகிறது. பெரிய நன்மையை முன்னிட்டு உள்ளூர் மக்கள் தங்கள் சிறிய நன்மையைத் தியாகம் செய்வதே உகந்த வழி எனப் பெரும்பான்மை சமூகத்தை உள்ளூர் சமூகத் திற்கு எதிராக ஆதிக்க சக்திகள் நிறுவுகின்றன. தியாகம் நிர்ப்பந்திக்கப்படுகிறது. ஆனால் அதற்குரிய மதிப்பும் வழங்கப் படுவதில்லை. கூடங்குளத்திலும், ஸ்டெர்லைட்டிலும் இதுவே சிக்கல். நாம் நம் புழக்கடையில் இவற்றை அனுமதிப்போமா என்பதே கேள்வி. நம்மால் இவை அளிக்கும் வசதிகளை விட்டுக்கொடுக்கவும் முடியாது, அவ்வசதிகளை நமக்களிக்க எவராவது நம் பொருட்டு தியாகம் செய்ய வேண்டும் என்பதே நம் எதிர்பார்ப்பு. நுகர்வைக் கட்டுப்படுத்தாமல் சூழல் மாசு பாட்டுக்கு அங்கலாய்ப்பதில் எந்தப் பயனும் இல்லை. ஒரு சமூகமாக நாம் கருணையையும், நுண்ணுணர்வையும் இழந்திருக் கிறோமா என்பதே நம்முன் உள்ள முக்கியமான கேள்வி. ❑

தொடர்புடைய சுட்டிகள்

http://www.rediff.com/news/2000/jul/08inter.htm
http://en.wikipedia.org/wiki/Sunderlal_Bahuguna
http://learningtogive.org/papers/paper280.html
http://www.rightlivelihood.org/chipko.html
http://www.rightlivelihood.org/chipko_speech.html
http://www.hindu.com/fline/fl2117/stories/20040827002803600.htm

3

கலோனல் சாப்

இந்தப் பெயருக்குச் சொந்தக்காரர், காந்தியின் பக்கபலமாக அவரது சமகாலத்தில் வாழ்ந்த முக்கிய காந்தியர்களில் ஒருவரும், கிராமிய, காந்தியப் பொருளாதார மேதை என்றும் அறியப்படும் திரு. ஜே.சி. குமரப்பா.

ஜோசப் செல்லதுரை கார்நீலியஸ் குமரப்பா ஜனவரி 4, 1892 ஆண்டு தஞ்சையில் ஒரு கட்டுப்பாடான நடுத்தர கிறித்தவக் குடும்பத்தில் பிறந்தார். அவரது தந்தை திரு .சாலமன் துரைசாமி கார்நீலியஸ் சென்னை மாகாணத்து பொதுப்பணித் துறையில் அதிகாரியாக பணியாற்றினார். அவரது தாயார் திருமதி. எஸ்தர் ராஜநாயகம், உயர்ந்த கல்வி பின்புலம் உள்ள புலவர் வேதநாயகம் சாஸ்திரியார் குடும்பத்தின் வழிவந்தவர்.

இளமைக் காலமும் ஆளுமையின் வளர்ச்சியும்

குமரப்பாவின் ஆளுமையை வடிவமைத்ததில் வேறு எந்தப் புத்தகங்களையும், தத்துவங்களையும் காட்டிலும் திருமதி .எஸ்தர் பெரும்பங்காற்றினார் என்பதே நிதர்சனம். எளிமையான கிறித்தவ வாழ்க்கை முறையில், உள்ளம் முழுவதும் பெறும் கருணையும், பேரன்பும் கொண்டு துயரத்தில் தத்தளிக்கும் தன்னைச் சுற்றி இருக்கும் சக மனிதர்களுக்கு முழு மனதோடு உதவினார். .அது குமரப்பாவின் இளம் வயதில் அவரது மனதில் பசு மரத்து ஆணி போல் பதிந்தது. வளர்ப்புப் பிராணிகள் மீது குமரப்பாவிற்கு சிறுவயது முதலே அபார பிரியம் உண்டு. தனது தாயாருடன் சென்று கோழிகளுக்குத் தீனி வாங்கிவந்து அவற்றை

பராமரித்தார். மேலும் முட்டைகளை விற்று வரும் லாபத்தைக் கணக்கிட்டு மாதந்தோறும் அவரது தாயாரிடம் கொடுப்பார். அதைக் கொண்டு அவர் சிறிய உதவிகளைச் செய்துவந்தார். இந்த பழக்கம் குமரப்பா ஒரு கணக்கு தணிக்கை அலுவலராக ஆன பின்னும்கூட, அவரது மாதந்திர வரும்படியிலிருந்து ஒரு தொகையை அம்மாவின் தர்ம காரியங்களுக்கு ஒதுக்குவது என்பது தொடர்ந்தது. தந்தை ஒரு புறம், இவருக்கு ஒரு நல்ல சமூக வாழ்வுக்கான அடித்தளத்தை அளித்தார். கொஞ்சம் கடினமானவரான அவர், ஒழுக்கத்தோடும், கட்டுப்பாடோடும் பிள்ளைகளை வளர்த்தார். சிறந்த பள்ளியில் சேர்த்து படிக்க வைத்தார்.

பள்ளியில் மிகவும் சூட்டிகையான மாணவராகத் திகழ்ந்த அவர், பொறியியல் படிப்பின் பால் நாட்டம் கொண்டிருந்தாலும், அவரது சூழல் கணக்கியல் படிப்புக்கு அவரை இட்டுச் சென்றது. 1913ஆம் ஆண்டு லண்டன் சென்று கணக்காளராகத் தேர்ச்சி பெற்று, அங்கு நான்கு வருடங்கள் பணியில் இருந்துவிட்டு, அவரது தாயின் வேண்டுகோளுக்கு இணங்கி முதல் உலகப்போர் முடிந்த பின்பு (1919) நாடு திரும்பினார். தொடக்கக் காலத்தில் ஒரு ஆங்கிலேய நிறுவனத்தில் பணியிலிருந்த அவர், பின்னர் 1924ஆம் ஆண்டு சொந்தமாக கார்நீலியஸ் – தவர் எனும் பெயரில் சொந்த நிறுவனத்தைத் தொடங்கினார்.

1927ஆம் ஆண்டு ஒரு மாற்றத்திற்காக அமெரிக்கா செல்ல அவர் திட்டமிட்டார். ஆனால் அங்கு சென்ற ஒரு மாதத்தில் சிராகாஸ் பல்கலைக்கழகத்தில் சேர்ந்தார். அங்கு வணிக நிர்வாகவியலில் இளங்கலைப் பட்டம்பெற்றார். பின்னர் கொலம்பியா பல்கலைக்கழகத்தில் பொது நிதி நிர்வாகம் தொடர்பாக படிக்க முடிவெடுத்தார். ஒருமுறை 'ஏன் இந்தியா இன்னும் ஏழையாக இருக்கிறது?' எனும் தலைப்பில் ஒரு தேவாலயத்தில் உரையாற்றினார். அவரது பேராசிரியர் டாக்டர். செளிக்மான் தற்செயலாக நியுயார்க் டைம்ஸ் பத்திரிக்கையில் அவ்வுரையை வாசித்துவிட்டு, அதனால் வெகுவாக ஈர்க்கப்பட்டு, 'பொது நிதி நிர்வாக முறைகளால் ஏற்பட்ட இந்தியாவின் ஏழ்மை' எனும் தலைப்பையே குமரப்பாவின் மேற்படிப்புக்கான ஆய்வின் பேசு பொருளாக ஏற்க வலியுறுத்தினார். அவரது அறிவுரையை ஏற்று ஆய்வு செய்தார். அதன் முடிவில் ஆங்கிலேய அரசாங்கம் இந்தியாவை பொருளியல் ரீதியாகச்

சுரண்டுவது அப்பட்டமாக புலப்பட்டது. அதுவே அவர் தேசியவாதி குமரப்பாவாக ஜனித்த தருணம் எனச் சொல்லலாம்.

குமரப்பா அவரது தொடக்கக் காலங்களில் முதலாளித்துவ மற்றும் ஏகாதிபத்தியக் கோட்பாடுகளின் பால் மனசாய்வு கொண்டவராகவே இருந்தார். ஏனெனில் அவரது ஐரோப்பியக் கல்வி முறையும், லண்டன் வாழ்க்கையும் அதையே அவருக்கு புகட்டியது. ஆனால் பிற்காலங்களில் அந்த பொருளாதாரக் கொள்கைகளிலிருந்து மீண்டு வளர்ந்து வந்தார். பல்வேறு சிந்தனை கோணங்களில் அலசினார். நகரை மையமாக கொண்ட இந்தப் பொருளாதார கட்டமைப்பு ஜீவனில்லாதது, மனிதத்தன்மை அற்றது என்று உணர்ந்தார். இவ்வறிதல்கள் வாழ்வின் அறம் சார்ந்த விழுமியங்களின்பால் அவருக்கு நம்பிக்கை ஏற்படுத்தியது. அவரை பயிற்றுவித்த கணக்காளர் அடிக்கடி சொல்வது "நமது எந்தச் செயலும், தவறும், மற்றொரு மனிதனை வீழ்த்தக் கூடாது".

இதையே ஆங்கிலேய வணிகத்தில் இருந்த உச்சபட்ச நல் விழுமியமாக அவர் கருதினார். தனி மனிதனின் ஆசைகளும், செயல்களும் தேசத்திற்கு எதிரானதாக இருக்கக் கூடாது என்றும் உணர்ந்தார். அவரது கல்லூரி முதல்வரின் மனைவி எப்பொழுதும் குமரப்பா வாங்கும் பொருட்களின் தரத்தைப் பற்றி ஆராய்வார். பின்னர் அதுபற்றிய விமர்சனத்தையும் வைப்பார். தரமற்ற பொருட்களை வாங்குவது இரு தரப்புக்கும் நல்லது இல்லை, ஒரு புறம் தரமற்ற பொருளை நாம் வாங்கி விடுகிறோம். மேலும் அப்படி வாங்கப்படுவதால் அதற்கு ஒரு சந்தையை ஏற்படுத்தி அத்தகைய பொருள்களின் தயாரிப்பிற்கு மறைமுகமாக உதவுகிறோம். எப்படிப் பார்த்தாலும் இதில் அதிக தவறு செய்தவர் நுகர்வோர் தான். ஏனெனில் உற்பத்தியாளன் நுகர் வோரைத்தான் பின்பற்றுகிறான். மேலும் இத்தகைய பொருட்கள் நாட்டின் பெயரையும் கெடுக்கும் என்று அவர் கருதினார். இது போன்ற பல பார்வைகளை குமரப்பா தனது வெளிநாட்டு வாழ்க்கையில் பெற்றுக்கொண்டார்.

அவரது கல்லூரியில் டாக்டர்.டேவன்போர்ட் எனும் பேராசிரியர் இருந்தார். தனிப்பட்ட லாபத்தை தவிர்த்து வேறு எந்த விஷயமும் பொருளியல் கோட்பாடுகளுக்கு அடிப்படை இல்லை என்று ஆழமாக நம்பினார். வாங்கும் திறன் அதிகரிப்பதே அதிக உற்பத்திக்கான காரணமாக இருக்க முடியும் எனும்

கருத்தை முன்வைத்தார். ஆனால் குமரப்பாவிற்கு இந்தக் கோட்பாடுகள் அத்தனை உவப்பாக இல்லை. அவரோடு முரண்பட்டு, தொடர்ந்து விவாதித்தார். அவரது ஆசிரியர் உண்மையில் பெருந்தன்மையோடு அவருக்கு A1 கிரேட் அளித்தார் என்பது குறிப்பிடத்தக்கது.

வரலாற்று சந்திப்பு

1929இல் இந்தியா திரும்பிய அவர், ஆங்கிலேய அரசின் சுரண்டல்களைப் பற்றிய தனது ஆய்வுகளை பதிப்பிக்க முயன்றுகொண்டிருந்தார். அப்பொழுது காந்தியிடம் இதைக் கொண்டு சேர்க்க அவரது நண்பர் சொபரிவாலாவால் அறிவுறுத்தப்படுகிறார். பின்னர் திரு. பியாரிலால் மூலம் காந்தியை அவரது சபர்மதி ஆசிரமத்தில் சந்திக்க மே 9, 1929 அன்று முன் அனுமதி பெற்றார். காந்தியை காண ஆசிரமத்துக்குச் சென்ற குமரப்பா பெறும் அதிர்ச்சி அடைந்தார். அங்கு விருந்தினர் அறையில் நாற்காலிகளோ, மேஜைகளோ இல்லை. வெறும் ஒற்றை கயிற்றுக்கட்டில் மட்டுமே போடப்பட்டிருந்தது. மேலும் அங்கு உள்ள இந்திய முறையிலான கழிப்பறையை கண்டு அங்கிருந்து வேகமாக வெளியேற வேண்டும் என்ற முடிவுக்கே அவர் வந்தார். மதியம் இரண்டு மணிவரை நதிக்கரையில் அங்கும் இங்கும் உலாத்திவிட்டு காந்தியை காணச் சென்றார். ஒரு மரத்தடியில், தரையில் அமர்ந்து ஒரு கிழவர் ராட்டையில் நூல்நூற்றுக் கொண்டிருந்தார். அதையே உற்றுப் பார்த்துக் கொண்டிருந்தார் குமரப்பா. ஒரு ஐந்து நிமிடங்கள் கழிந்த பின்பு அந்த கிழவர் மலர்ந்த பொக்கை வாய்ச் சிரிப்புடன், நீங்கள் தான் குமரப்பாவா? என்று வினவினார். அப்பொழுதுதான் அவர் காந்தி என்பதையே உணர்ந்தார். சட்டென்று மண் தரையில் உட்கார்ந்து அவரோடு பேச ஆரம்பித்தார். அந்த வரலாற்று சந்திப்பு அப்படித்தான் நடந்தேறியது. அதன் முடிவில் குமரப்பாவின் ஆய்வில் காந்தி ஆர்வம் காட்டினார் அதை தனது யங் இந்தியா மூலம் தொடராக வெளியிடுவதாக உத்தரவாதம் அளித்தார். தனது பொருளாதாரக் கோட்பாடுகளும், குமரப்பாவின் கோட்பாடுகளும் ஒரே நேர்க்கோட்டில் இருப்பதாக காந்தி கருதினார்.

அதன் பின்பு காந்தி, குமரப்பாவை தனக்காக குஜராத்தில் உள்ள ஒரு கிராமத்தில் கிராமியப் பொருளாதாரம் குறித்து ஒரு கணக்கெடுப்பு நடத்தச் சொன்னார். அதற்காக குஜராத் வித்யா

பீடத் தலைவர் காகா சாகேப்பை பார்க்கச் சொல்லி அனுப்பு கிறார். இவரது நாகரீக மேற்கத்திய உடைகள், மற்றும் குஜராத்தி மொழி தெரியாமை ஆகியவற்றைக் கண்டுகொண்ட காகா சாகேப், இவர் காந்தி கூறிய அந்தப் பணியைச் செய்ய தகுதி யற்றவர் என்றே எண்ணினார். பின்னர் வருத்தமடைந்த குமரப்பா, காந்தியிடம் கூடச் சொல்லாமல் மும்பை திரும்பி காந்திக்கு ஒரு கடிதம் எழுதுகிறார். அதில் தன்னால் ஆன அனைத்து உதவிகளையும் காந்திக்கு செய்வதாக உத்திரவாதம் அளிக்கும் அதே வேளையில் காகா சாகேப் தன்பால் நம்பிக்கை கொண்டவராக இல்லை என்று எழுதினார்.

இந்தக் கடிதம் அனுப்பிய சில நாட்களுக்கு பின் காகா சாகேபிடமிருந்து காந்தி கூறிய பணிக்கான அழைப்பு வந்தது. சில தடைகளுக்குப் பின்பு, குமரப்பா அதை வெற்றிகரமாக முடித்தார். அந்தக் கணக்கெடுப்பு பின்னர் வெகு பரவலாகவும், முக்கியமாகவும் அறியப்பட்ட கேதா மாவட்டத்தின் மடார் தாலுகா பற்றிய கணக்கெடுப்பாகும்.

குமரப்பா தனக்கிட்ட பணியைத் தொடங்கிய பொழுது, காந்தி தண்டி போராட்டத்தை முன்னெடுத்து நடத்தத் தொடங்கியிருந்தார். அதே வேளையில் அவரது பொது நிதி நிர்வாகம் தொடர்பான கட்டுரைகள் 'யங் இந்தியாவில்' வெளியாகத் தொடங்கியது. காந்தி, அதைத் துண்டுப் பிரசுரமாகக் கொண்டுவரவேண்டும் என்று எண்ணினார். அதற்கு அவர் ஒரு சிறிய முன்னுரை வழங்கவேண்டும் என்று குமரப்பா எண்ணினார். தன்னைக் காரடியில் வந்து சந்திக்கச் சொல்லி செய்தி அனுப்பி னார் காந்தி. முன்னுரைக்காகத்தான் இருக்கும் என்று நம்பிய குமரப்பா, அவரது பாணியில் நேர்த்தியாக ஒரு முன்னுரையைத் தட்டச்சு செய்து காந்தியின் கையெழுத்துக்காக கொண்டுவந்து நீட்டினார். அதைப் பார்த்த காந்தி சிரித்துக்கொண்டே "எனது முன்னுரை நான் எழுதுவதாகவே இருக்கும், அது குமரப்பா எழுதுவதாக இருக்காது, மேலும் நான் இதைப் பற்றி விவாதிக்க அழைக்கவில்லை. ஒருவேளை நானும் மகாதேவும் போராட் டத்தின் விளைவாக சிறைசெல்ல வேண்டியிருந்தால், 'யங் இந்தியா'வில் நீங்கள் தொடர்ந்து எழுதவேண்டும்" என்றார். அதற்கு குமரப்பா "கோப்புகளிலும், லெட்ஜர்களிலும் மூழ்கி இருக்கும் நான் ஒரு பத்திரிகையாளராக செயல்பட முடியுமா என்று தெரியவில்லை" என்றார். காந்தி, "உங்கள் தகுதியைப் பொறுத்த வரையில், அதைப் பற்றிக் கவலைப்பட, முடிவெடுக்க,

பத்திரிக்கை ஆசிரியர் நான் இருக்கிறேன், இப்பொழுது நானே உங்களை எழுத அழைக்கிறேன்" என்று தீர்க்கமாகப் பதிலளித்தார். பின்னர் யங் இந்தியாவில் தொடர்ந்து எழுதினார், அதற்காக சிறையும் சென்றார்.

முதன்முதலாக 1931ஆம் ஆண்டு சிறைக்குச் சென்றார். அகமதாபாத்தில் ஒன்றரை ஆண்டு கடுங்காவல் தண்டனை பெற்று, பின்னர் காந்தி இர்வின் ஒப்பந்தத்தின் விளைவாக அதே ஆண்டு மார்ச் மாதம் விடுதலையானார். பின்னர் காந்தி, மகாதேவ் தேசாய் போன்றவர்கள் வட்ட மேசை மாநாட்டிற்காக இங்கிலாந்து சென்றார்கள். அப்பொழுது யங் இந்தியாவின் ஆசிரியராகச் சிறிது காலம் பணியாற்றினார். அவரது கடுமை யான எழுத்தின் காரணமாக மீண்டும் இரண்டரை ஆண்டுக் கடுங்காவல் தண்டனை விதிக்கப்பட்டது. பின்னர் 1934ஆம் ஆண்டு சிறையிலிருந்து வெளியே வந்தவருக்கு வேறு வகையான பொறுப்பு காத்திருந்தது. பீகாரில் நிலநடுக்கம் காரணமாக பெறும் சேதம் விளைந்தது. அங்கு நிவாரண பணிக்காக டாக்டர் ராஜேந்திர பிரசாத்திற்கு உதவ காந்தி, ஜமன்லால் பஜாஜை அனுப்பினார். அவர் குமரப்பாவை அங்குள்ள கணக்கு வழக்கு களையும், நிதி நிர்வாகங்களையும் கவனிக்க உடன் அழைத்துச் சென்றார். அங்கு வெகு சிறப்பாகப் பணியாற்றினார். அங்கு கிடைத்த அனுபவங்களைத் தொகுத்து, இயற்கைச் சீரழிவுகளின் சமயத்தில் நிதிநிர்வாகம் எவ்வாறு இருக்க வேண்டும் என்று சிறிய பிரசுரம் ஒன்றைப் பதிப்பித்தார்.

மனிதன் என்பவன் வெறும் பொருள் சேர்க்கும் இயந்திரம் அல்ல. அவனுக்கு சமூக, ஆன்மீக, அரசியல் தளங்களில் தட்டமுடியாத பல கடமைகள் உண்டு என்பதை உணர்ந்தார். பொருள் ஈட்டும் வாழ்க்கைமுறையிலிருந்து வெளிவந்தார். வாழ்நாள் முழுவதும் பிரம்மச்சாரியாக வாழ்ந்து மறைந்தார். காந்தியுடனான அவரது பழக்கம் அவரை ஆக்கப்பூர்வமான செயல்வீரராக மாற்றியது. அவருக்கு இயல்பாகவே இருந்த பொறியியல் ஆர்வம் தேச கட்டமைப்புகளை மறு சீரமைப்புச் செய்வதிலும், திட்டமிடுவதிலும் முழுவீச்சில் வெளிவந்தது. அவருக்குள் இருந்த கணக்குத் தணிக்கையாளர் அவரைச் சமரசமற்ற விமர்சகராக ஆக்கியது.

இவரது செயல்பாடுகளை கண்ட திரு.மதன் மோகன் மாளவியா காந்தியிடம், "இவரை மிகப் பிரமாதமாகத் தயார்

செய்து இருக்கிறீர்கள்" என்று பாராட்டினார். காந்தி அதற்கு "நான் அவரை பயிற்றுவிக்கவில்லை, என்னிடம் வரும்பொழுதே அவர் முழுமையான தயாரிப்புடன் வந்தார்" என்றார்.

குமரப்பா கடுமையான ஒழுக்க விதிகளை எங்கும் பின்பற்றினார். அதற்கு உதாரணமாகப் பல நிகழ்வுகள் உள்ளன. பீகாரில் நிலநடுக்க நிவாரணப் பணிகளின் பொழுது அங்கு உள்ள தன்னார்வலர்களுக்கு தலைக்குத் தினம் மூன்று அணாக்கள் மட்டுமே உணவுக்காக ஒதுக்கப்படும் என்பதை கறாராகக் கடைப்பிடித்தார். தனியாக ஒரு அடுக்களை இதற்காக நிர்மாணித்துச் செலவினங்களைக் கட்டுக்குள் வைத்தார். இதேபோல் மோட்டார் வாகனங்கள் பயன்படுத்துவதிலும் பல்வேறு விதிமுறைகளை வகுத்தார்.

ஒருமுறை காந்தி நிவாரணக் குழு சந்திப்புக்காக பாட்னா வந்தார். தினம் பால், காய்கறிகள், பழங்கள் ஆகியவற்றை அன்றாட உணவாகக் கொள்வார். அது குமரப்பாவின் மூன்று அணா வரையறையைக் காட்டிலும் அதிகம் என்றுணர்ந்தார். பின்னர் மகாதேவ் தேசாயிடம் நிவாரண நிதியிலிருந்து இதற்குச் செலவழிப்பது என்பது கடினம் என்று எடுத்து கூறினார். மேலும் காந்தியின் வாகனங்களுக்கான பெட்ரோல் செலவுகளுக்கும், வேறு ஏற்பாடுகளை செய்துகொள்ள அறிவுறுத்தினார்.

இந்த விவகாரம் காந்தியின் காதுகளை அடைந்தது. தான் நிவாரணக் குழு சந்திப்புக்காகவே வந்துள்ளதால், ஏன் தனக்கு இவை மறுக்கப்படுகிறது என்று குமரப்பாவிடம் வினவினார் காந்தி. குமரப்பா காந்திக்கு தான் வகுத்த விதிமுறைகளை விளக்கிக் கூறி, பொதுமக்களிடமிருந்து பெறப்படும் நிதி சீரான முறையில் செலவழிக்கப்படவேண்டும், அதனால் எந்த விதிவிலக்குகளும் நல்ல முன்னுதாரணமாக இருக்காது என்று அழுத்தமாக மறுத்தார். அவரது தரப்பைப் புரிந்துகொண்ட காந்தி, மகாதேவ் தேசாயிடம் தனக்கான செலவுகளுக்கான ரசீதுகளை அவரிடம் கொடுக்க வேண்டாம் என்று அறிவுறுத்தினார்.

ஒருமுறை குமரப்பாவைச் சந்திக்க காந்தி பாட்னா வந்தார். "இரவு சுமார் பத்து மணிக்கு பாட்னா சென்றடைந்து தான் குமரப்பாவை பார்க்க வேண்டும், வரச் சொல்லுங்கள்" என்று ராஜேந்திர பிரசாத்திடம் கூறுகிறார். அவர் அதற்கு நாளை நிவாரணக் குழுவின் வருடாந்திர ஆலோசனை சந்திப்பு இருப்பதாகவும், குழுவின் கணக்கு வழக்குகளில் சில அணாக்கள் விடுபட்டதாகவும், அதை ஆடிட்டரால் சீர்செய்ய முடியவில்லை

என்பதால், குமரப்பா இரண்டு இளம் சகாக்களோடு ஓர் அறையில் முடங்கிக் கணக்கை நேர்செய்ய முயன்று வருகிறார். "இம்மாதிரியான தருணங்களில் அவர் ஒரு சிங்கம் மாதிரி, அவரை யாரும் தொந்திரவு செய்வதை அவர் விரும்ப மாட்டார்" என்று கூறினார். 'காலையில் பார்த்துக்கொள்ளலாம்' என்று காந்தியும் விட்டுவிட்டார். மறுநாள் அவரைச் சந்தித்த பொழுது, தனக்காக நேரம் ஒதுக்குமாறு கேட்டுக்கொள்கிறார் காந்தி. ஆனால் அவரோ, "இன்று முடியாது; நாளை என்றால் யோசிக்கலாம்" என்றார். காந்தியோ அன்று இரவே தான் வார்தா புறப்படுவதாகச் சொன்னார். "அப்படியானால் தன்னை இம்முறை காணாமலே சென்று வாருங்கள்" என்றார். வாரணாசியிலிருந்து இத்தனை தொலைவு அவரைக் காணவே வந்துள்ளதாகவும், அதனால் நிச்சயம் நேரம் ஒதுக்க வேண்டும் என்று கேட்டார் காந்தி. தனக்கு நேரமிருந்தால் தானும் காந்தியுடன் வர முடியும். தன்னிடம் சந்திப்பு குறித்து எந்த முன் அனுமதியும் பெறவில்லை. இன்றுதான் நிவாரணக் குழுவின் வருடாந்திர சந்திப்பின் வேலைகளில் மூழ்கி இருப்பதால் வேறு எதுவும் செய்வதற்கில்லை என மறுத்துவிட்டார் குமரப்பா. பின்னர் மகாதேவ் தேசாயிடம் அவருக்கான தகவல்களைக் கொடுத்துவிட்டுச் சென்றார். ஒரு வாரம் கழித்து காந்தியை அவர் வார்தா சென்று சந்தித்தார். இந்த கடினமான நடத்தையின் காரணமாகவே அவரை அன்பாக கலோனல் சாப் என்று காங்கிரசின் உள்வட்டத்தினர் அழைக்கலானார்கள்.

பல்வேறு தருணங்களில் பல மிகப்பெரிய தலைவர்களும், ஆளுமைகளும் கூட இவரது பொது விதிமுறைகளுக்குக் கட்டுப் பட்ட பல நிகழ்வுகள் உள்ளன. அவரது அன்றாட வாழ்க்கை கச்சிதமான நேர நிர்வாகமும், திட்டமிடலும் கொண்டது. அனைவருமே அவரைச் சந்திக்க உரியமுறையில் முன் அனுமதி பெற்றிருக்க வேண்டும். அவரது சகோதர சகோதரிகள் உட்பட.

அக்டோபர் 27, 1934 அன்று இந்திய தேசிய காங்கிரஸ் ஒரு தீர்மானத்தை அறிவித்தது. அதில் அனைத்து இந்திய கிராமியத் தொழில் கூட்டமைப்பு (AIVIA - All India Village Industries Association) ஒன்றை உருவாக்குவது எனவும், அதன் தலைவராக காந்தியையும், செயலாளராக குமரப்பாவையும் அறிவித்தது. இந்தச் செய்தியைத் தற்செயலாக பாட்னாவில் நாளிதழ் மூலம் அறிந்து, தன்னிடம் இது குறித்து எந்த முன் அனுமதியும் பெறவில்லையே என்று வருத்தத்தோடு காந்திக்கு கடிதம்

ஆயிரம் காந்திகள் | 39

எழுதுகிறார். அதற்கு பதிலளித்த காந்தி "ஆம் நான் தங்களிடம் அனுமதி பெறவில்லை, அது தவறுதான், இப்பொழுது என்ன செய்ய வேண்டும்? தயவு செய்து சம்பிரதாய நடைமுறைகளை மறந்து வேலையைத் தொடங்குங்கள்". பின்னர் காந்தியைச் சந்தித்த குமரப்பா இந்தத் திட்டத்திற்கான நிதி மற்றும் தன்னார் வலர்கள் எல்லாம் எங்கே என்று வினவினார். சிரித்துக்கொண்டே காந்தி, நிதி பற்றி எந்தக் கவலையும் வேண்டாம், அது தானாக உரிய நேரத்தில் வரும் என்றார், மற்றபடி ஆட்களைப் பொறுத்த வரையில் தங்களிடமிருந்தே தொடங்கலாம், தாங்கள் தான் முதல் ஆள் என்றார்.

பின்னர் காங்கிரசின் தீர்மானத்திற்கு ஏற்ப இந்தியாவின் பல்வேறு கிராமங்களுக்கு பயணம் செய்து வார்தா – மக்கான் வாடியை தலைமையகமாகக் கொண்ட ஒரு அமைப்பை உருவாக்கினார். கிராமியத் தொழில்கள் சார்ந்த ஆய்வு, உற்பத்தி, பயிற்சி, நிர்வாகம் மற்றும் பிரச்சாரம் ஆகியவற்றைச் சார்ந்த ஐந்து முக்கிய பணிகளை இந்த மையம் முன்னெடுத்து சென்றது. மேலும் கிராமிய தொழில்கள் சார்ந்த ஒரு அருங்காட்சியகமும், ஆய்வுக் கூடமும் நிர்மாணிக்கப்பட்டது.

காந்தி AIVIA அமைப்பின் நோக்கத்தை தெளிவாக முன்வைத்தார் "இந்த அமைப்பின் மத்திய குழுவானது ஒரு நிர்வாக அமைப்பல்ல மாறாக அது வெறும் கண்காணிப்பு அமைப்பு மட்டுமே. மையப்படுத்தப்பட்ட நிர்வாகம் நமது நோக்கம் அல்ல, ஆனால் மையப்படுத்தபட்ட அறிவியல், அறிவியக்கம், எண்ணங்கள், யோசனைகள் நமது தேவையும், நோக்கமுமாகும்".

1935–1939 வரை AIVIAக்காக பல்வேறு பணிகளைத் திறம்பட அவர் செய்து வந்தார். "கிராம் உத்யோக பத்திரிகா" எனும் பெயரில் ஒரு மாதந்திர பத்திரிக்கையைக் கவனித்தார். "வை தி வில்லேஜ் மூமன்ட்" (why the village movement – ஏன் இந்த கிராமிய இயக்கம்?) எனும் புத்தகத்தையும் எழுதினார்.

சுபாஷ் சந்திர போஸ் 1937ஆம் ஆண்டு நேருவின் தலைமையில் தேசிய திட்டக் குழுவை உருவாக்கினார். காந்தி, நேரு ஆகியவர்களின் வேண்டுகோளுக்கு இணங்கி அதில் ஒரு உறுப்பினராக குமரப்பா பங்கேற்றார். ஆனால் ஒரு மூன்று மாதங்களிலேயே இது ஒருவித நேரவிரயம் என்றும் தன்னுடைய பார்வையும், குழுவின் பார்வையும் பெருவாரியாக முரண் படுவதாகச் சொல்லி வெளியேறினார்.

டாக்டர் ஜாகிர் ஹுசைன் தலைமையில் கல்வி மறு சீரமைப்புக்காக ஒரு குழு உருவாக்கப்பட்டது. அதிலும் ஒரு உறுப்பினராகப் பங்காற்றினார். பெரும் தொழில் நிறுவனங்கள் குறித்த காங்கிரசின் நிலைப்பாடு குமரப்பாவிற்கு அத்தனை உவப்பாக இல்லை. இது குறித்த தெளிவான விளக்கத்தை, வழிகாட்டுதலை அப்பொழுதைய காங்கிரஸ் தலைவர் ராஜேந்திர பிரசாதிடமே நேராகக் கேட்டார்.

1942ஆம் ஆண்டு இரண்டாம் உலகப்போர் நடந்து கொண்டிருந்த சமயத்தில் ஆங்கிலேய ஏகாத்திபத்தியம் அதன் உச்சத்தைத் தொட்டது. காங்கிரஸ் அமைச்சர்களைத் தாக்கினர். எளிய விவசாயிகளின் தோள்களில் போரின் சுமை வந்து விழுந்தது. இதைக் கண்டு கொதித்த குமரப்பா "ஸ்டோன் பார் ப்ரெட்" (stone for bread – ரொட்டிக்கு பதிலாக கல்) எனும் கட்டுரையை எழுதினார். மேலும் 'வெள்ளையனே வெளியேறு' போராட்டம் தொடர்பாக பல்வேறு சதி வேலைகளில் ஈடுபட்டதாகக் குற்றம் சாட்டப்பட்டு சுமார் இரண்டரை ஆண்டு கடுங்காவல் தண்டனை அனுபவித்தார். சிறையில் இருக்கும் பொழுது பொருளாதாரம் குறித்தும், கிறிஸ்துவின் உபதேசங்கள் குறித்தும் இரண்டு புத்தகங்களை எழுதினார் (The Economy of Permanance, Practice and Percepts of Jesus Christ). இதன் கைப்பிரதிகளை காந்திக்கு அனுப்பினார். அதற்கு அவர் ஏதும் முன்னுரை கோரவில்லை என்றாலும், காந்தி அவற்றுக்கு உரிய முன்னுரை எழுதினார். காந்தி குஜராத் வித்யா பீடத்தின் வேந்தர் எனும் முறையில் அந்தப் புத்தகங்களில் உள்ள அறம் சார்ந்த விழுமியங்களின் பால் நம்பிக்கை கொண்டு அவர் குமரப்பாவை டி.டி – டாக்டர் ஒப் டிவினிட்டி, (இறையியல் முனைவர் பட்டம் என்று பொருள் கொள்ளலாம்), டி.வி.ஐ –டாக்டர் ஒப் வில்லேஜ் இண்டஸ்ட்ரி, (கிராமியத் தொழில் துறையில் முனைவர் பட்டம்) என்றே அழைக்கலானார். சிறை யிலிருந்து விடுதலையான பின்பு அவரது உடல்நலம் மிகவும் பாதிக்கப்பட்டு அதிகம் ஓய்விலேயே கழித்தார்.

1946ஆம் ஆண்டு கிராமப்புற முன்னேற்றத்திற்காக பல திட்டங்களை வகுத்தார். அடிப்படை வசதிகளில் தன்னிறைவு கொண்ட, சுய சார்புடைய, அங்கு வசிக்கும் மக்களின் பூரணப் பங்களிப்பைக் கொண்டு இயங்கும் இந்தியாவின் கிராமங்களைப் பற்றி அவர் கனவு கண்டார்.

ஜூலை 1947இல் அரசு அவரை கடல்சார் வணிகத்தின் குழுமத்தில் தலைவராக நியமித்தது. அதன் பொருட்டு லண்டன் சென்ற அவர், இரண்டாம் உலகப் போர் ஐரோப்பாவில் ஏற்படுத்திய பேரழிவை உணர்ந்தார். பின்னர் இந்தியா திரும்பிய அவர், இந்தியாவின் தவறான பொருளாதாரக் கொள்கையைத் தொடர்ந்து விமரிசித்து கட்டுரைகளை எழுதினார். அந்த ஆண்டு ஜெயப்ரகாஷ் நாராயணனுக்குப் பதிலாக அவருக்கு வழங்கப்பட்ட காரிய கமிட்டி உறுப்பினர் பதவியைக் கூட மறுத்தார். இந்த விவகாரத்தில் காந்தியின் குரலுக்குக் கூட அவர் செவி சாய்க்கவில்லை.

சுதந்திர இந்தியாவில் அவருக்கு அதிகார ஆட்டங்களில் நாட்டம் இருக்கவில்லை. இந்திய தேசத்திற்காக மிகச்சிறந்த பொருளாதாரத் திட்டங்களை வகுத்து அப்பொழுதைய பிரதமர் நேருவுக்கு நவம்பர் 1947ஆம் ஆண்டில் அளித்தார். காந்தி அந்தத் திட்டங்களை வெகுவாகப் பாராட்டினார். ஆனால் அவரது திட்டங்கள் அனைத்தும் காந்தியின் மறைவுக்குப் பின் குழி தோண்டி ஒட்டுமொத்தமாகப் புதைக்கப்பட்டன.

வேளாண்மைச் சீர்திருத்தம் குறித்த ஒரு குழு குமரப்பாவின் தலைமையில் உருவாக்கப்பட்டது. நாடு முழுவதும் அலைந்து திரிந்து நிலப் பயன்பாடு குறித்தும், வேளாண்மை குறித்தும் பல முக்கியமான பரிந்துரைகளை அது முன்வைத்தது. 1948இல் காந்தி கொல்லப்பட்டார். அந்த நிகழ்வு அவருடைய மனதில் பெரும் அதிர்ச்சியாக இறங்கியது. சிலகாலங்கள் கண்பார்வை இழந்து பின்பு மீண்டார்.

காந்தியின் மறைவிற்குப் பிறகு டாக்டர் ராஜேந்திர பிரசாத்திடமிருந்து அவருக்கு அழைப்பு வந்தது. காந்தி நினைவு நிதி சேகரிப்பு குறித்து அவரது பங்களிப்பை கோரினார். குமரப்பா அதற்கு தனது மறுப்பைக் கடுமையாகத் தெரிவித்தார். "இப்பொழுது இருக்கும் இந்திய அரசாங்கம் காந்திக்காக எத்தனை நிதி வேண்டுமானாலும் திரட்ட முடியும். அதுவல்ல பிரதான நோக்கம். இப்பொழுது நமக்குத் தேவை உண்மையான, தன்னலமற்ற, சத்தியத்தையும் அகிம்சையையும் வெறும் வாய்ஜாலமாக எண்ணாமல், அதை வாழ்க்கை முறையாக எண்ணும் காந்திய தொண்டர்கள். அவர்களைக் கண்டெடுத்து தேசப் பணியில் ஈடுபடுத்தவேண்டும். காந்தியக் கோட்பாடுகளை எங்கும் கொண்டு செல்லவேண்டும். அனைத்து கல்வி நிலையங்களிலும் இத்தகைய இளைஞர்களைத் தேர்ந்தெடுத்து

ஊக்குவிக்க வேண்டும். இப்படி ஒரு லட்சம் செயல்வீரர்களைக் கண்டெடுக்க வேண்டும். அதற்காக நேரு, படேல், ராஜகுமாரி அம்ரித் கவுர் போன்றவர்கள் தங்கள் பதவிகளைத் துறந்து, இந்த இயக்கத்தை முன்னெடுத்துச் செல்லவேண்டும். நேரு கல்லூரி களுக்கும், கல்வி நிலையங்களுக்கும் சென்று இளைஞர்களை எழுச்சி பெறச் செய்ய வேண்டும். ராஜகுமாரி பெண்களை அமைப்பில் சேர்க்க முனைய வேண்டும், படேல் வித்யாபீடங் களைப் போல் பல்வேறு கல்வி நிலையங்களை நிர்மாணிக்க வேண்டும் என்றார். ஆனால் இந்த யோசனைகள் யாருடைய கவனத்தையும் பெறவில்லை.

இதன் பின்னர் சீனா, ஜப்பான், ஜெர்மனி போன்ற பல தேசங்களுக்குப் பயணம் செய்தார். பின்னர் 1952ஆம் ஆண்டில் AIVIA-விலிருந்து தன்னை விடுவித்துக்கொண்டு குஜராத்தில் உள்ள தலித் கிராமத்தில் மண் குடிலில் வாழ்க்கை நடத்தத் துவங்கினார். 1955 வரை அங்கேயே கழித்தார். அதற்கிடையில் கிழக்கு ரஷ்யாவிற்கும், சோவியத் யூனியனுக்கும் நான்கு முறை பயணம் செய்தார். அங்கு ஏற்பட்ட மாறுதல்களைப் பாராட்டி னார். அதே போல் இங்கு சில மாறுதல்கள் ஏற்பட வேண்டும் என்றும், ஆனால் அகிம்சை வழியில் அது நிகழ வேண்டும் என்றும் தொடர்ந்து வலியுறுத்தி வந்தார்.

பின்னர் உயர் ரத்த அழுத்தம் வந்து அவரது உடலைப் பாதித்தது. சற்றே மிதமான சீதோஷ்ண நிலையில் உள்ள இடங்களுக்கு மாறச் சொல்லி மருத்துவர்கள் அறிவுறுத்தினார்கள். இலங்கையில் ஆயுர்வேத சிகிச்சை மேற்கொண்டார். பின்னர் மே 1955 மதுரை அருகே உள்ள டி.கல்லுபட்டியில் தனது காந்தி நிகேதனத்தை நிறுவினார். அந்த ஆசிரமத்தை பின்னர் பதிவு செய்து அதன் முதல் தலைவராக அவரே ஆனார். அங்கு காமராஜ், சி.சுப்பிமணியம், வினோபா, ராஜேந்திர பிரசாத் போன்ற பலரும் தொடர்ந்து சந்தித்தபடியிருந்தார்கள்.

ஒருமுறை வினோபா அவரது குடிலுக்குள் நுழைந்தார். அங்கு காந்தியின் படம் ஒன்று மாட்டப்பட்டிருந்தது, அதை அமைதியாக ஆழ்ந்த அன்புடன், கூர்ந்து கவனித்தார் வினோபா. குமரப்பா அதைக் காண்பித்து "இவர் எனது ஆசான்" என்றார். பின்னர் அங்கு ஒரு ஏழை விவசாயியின் படம் ஒன்றும் இருந்தது, அதைக் காண்பித்து "இவர் என் ஆசானுக்கும் ஆசான்" என்றார்.

உடல்நிலை மிகவும் தளர்ந்திருந்த அந்தக் காலத்தில், ஜனவரி 30, 1960இல், அவரது ஆசான் காந்தி மறைந்த அதே நாளில்,

அவரும் இந்தப் பூவுலகை விட்டு மறைந்து அவருடைய ஆசானின் இடத்தை அடைந்தார்.

அவரது பொருளாதாரக் கோட்பாடுகள் அகிம்சையை அடிநாதமாகக் கொண்டது. ஒரு நிலையான பொருளாதாரச் சூழல் என்பது இயற்கைக்கு மாறாக இயங்க முடியாது. இயற்கையின் நியதிகள் சமூகத்தில் ஒருவிதச் சமநிலையை உருவாக்கி, நிலைநிறுத்துகிறது. அதனால் அனைத்து தரப்பினருமே இணைந்து வாழும் வாய்ப்பு இருக்கிறது. பரஸ்பரம் உதவிகளின் மூலம் சமூகம் ஒட்டுமொத்தமாக வளர்கிறது. ஆனால் அதே சீர்கெட்ட பொருளாதாரம் தனது லாபத்தை மட்டுமே, சுயநல நோக்கில் முன்வைத்தது. அது வன்முறையை ஊக்குவித்தது. இயற்கையை அது சுரண்டியது. மிக சிறந்த உதாரணம் வேதியல் உரங்கள், மற்றும் பூச்சிக்கொல்லிகளைப் பயன்படுத்தி மகசூலை அதிகரித்தனர். ஆனால் மண் அதன் தன்மையை இழந்துவிட்டது.

அவர் ஒரு பெரும் கனவைக் கண்டார். காந்தியின் கூற்றுபடி கிராமங்கள் அனைத்தும் விழிப்படைந்தால், பொதுவுடைமை சித்தாந்தம் கொடுப்பதாகச் சொல்லும் அனைத்தையும், மக்களுக்கு கொடுக்க முடியும். அதை விட முக்கியமாக கத்தியின்றி, ரத்தமின்றி, சத்தியத்தின் வழியில் அதைச் செய்திருக்க முடியும். அவரது கனவு நிறைவேறி இருந்தால் ஒரு வேளை இந்தியாவின் ஆன்மா பூரணமாக விழித்துக்கொண்டு இருக்கும். ஒரு தன்னிறைவு கொண்ட தற்சார்பு கொண்ட சமூகம் எழுந்திருக்கும். காந்தியுடன் வாழ்ந்தவர்கள், இருந்தவர்கள் அனைவரும் காந்தியர் ஆகிவிட முடியாது. இங்கு காந்தியை போல் இறுதி வரை, தான் நம்பிய மகத்தான கனவிற்கு, வாழ்நாள் முழுவதும் உழைத்த ஒரு மகத்தான ஆத்மாவை நாம் காண்கிறோம். ❑

குறிப்பு: கீழ்க்கண்ட இந்தச் சுட்டிகளை ஆதராமாகக் கொண்டு எழுதப்பட்டது

மேலதிக வாசிப்பிற்கு:

http://www.mkgandhi.org/associates/jck.htm

http://www.kigs.org/index.php?option=com_content&view=article&id=16&Itemid=20

4. குமரப்பாவின் தனிமனிதன்

"எமது அமைதிக்கான தத்துவமும், அணுகுமுறையும் மாறுபட்டன. நாங்கள் தனிமனிதனைச் சீர்திருத்துவதன் மூலம் சமுதாயத்தைச் சீர்படுத்துதல் என்ற கருத்தை நம்புகிறோம். தனி மனிதன் மனதில் எழும் வன்முறை வெறியை அடக்கிவிட்டால் போருக்கான வாய்ப்புகள் இல்லாமல் போகும். தனிநபர் வெறுப்பு, பகையின் முதிர்ச்சியே போர், ஆயுதக் குறைப்பு மூலமாகப் போரை நிறுத்திவிட முடியாது. மனிதர்களின் தேவையைச் செயற்கையாக வளர்த்து, அதை மையப்படுத்தப்பட்ட பெரிய உற்பத்தி முறைகளால் ஈடு செய்யப் பார்க்கிறோம். இதனால் பேராசையும், பொறாமையும் பகையும்தான் வளர் கின்றன. இதுவே தேசங்கள் இடையேயான பகையாக, போராக வளர்கிறது. நிலையான சமாதானமே காந்திய முயற்சி. இது நமது பொருளாதாரச் சிந்தனையில் மாற்றத்தை வலியுறுத்துகிறது."

ஜே.சி. குமரப்பா, 'சீனாவில் ஜே.சி. குமரப்பா' (பனுவல் சோலை வெளியீட்டகம், தமிழாக்கம் – ஜீவா)

ஆஷிஷ் நந்தி காந்தி காலனியத்தின் கருவிகளைக் கொண்டே அதன் முதுகெலும்பை முறித்தார் என்கிறார். நவீன காலக்கட்டத்து 'தனிமனிதவாதம்' சுதந்திரத்தின் மீதும், நீதியுணர்வு மீதும் எழுப்பப்பட்டது என்றாலும், முதலாளித்துவம் மிக வசதியாக 'பொறுப்பேற்றலை' மழுங்கடித்து தனக்கு ஏதுவான சந்தையாக மட்டும் மாற்றியிருக்கிறது. நவீன ஐரோப்பாவில் தனி மனித வாதம் பெரும் லட்சியவாதத்தோடு உருவாகி அய்ன் ராண்டின் 'சுய மைய' கோட்பாடுகளில் நிலைபெறுகிறது. ராண்டின் தனி

ஆயிரம் காந்திகள் **45**

மனிதன் தனக்கானவற்றைத் தேடி அடைபவன். கொண்டாட்டமாகவும் களியாட்டமாகவும் வாழ்வைக் கருதுபவன். அந்தக் கருத்தில் அல்ல, ஆனால் அந்தக் கொண்டாட்டத்திற்கு அவன் புறப் பொருட்களை சார்ந்திருக்க வேண்டும் என நம்பத் தொடங்கியதே நவீன மனிதனின் மிகப்பெரிய சிக்கல்.

காலனியம், முதலாளித்துவம், அடிப்படை வாதம், போர் என நவீன காலத்து மிகைகளுக்கு முறி மருந்தாக காந்தியம் உருவானது எனக் கொள்வோம் எனில், குமரப்பாவும் – காந்தியும் முதலாளித்துவ தனிமனித வாதத்திற்கான முறி மருந்து எனக் கொள்ளலாம். காந்தி சமூக அமைப்பை மேல் கீழான பிரமிடாக உருவகப்படுத்தாமல், பேராழி வட்டமாக உருவகப் படுத்துகிறார். அதன் முதல் அலகாக தனி மனிதனை உருவகப் படுத்துகிறார். தனி மனிதன் குடும்பம் எனும் வட்டத்திலும், குடும்பம், சமூகத்திலும், சமூகம், கிராமத்திலும், கிராமம், தேசத்திலும், தேசம் புவியிலும் மேம்பட்ட நன்மைக்காக கரையும் வட்டங்கள். காந்தியும் தனிமனித வாதத்தையே முன்வைக்கிறார், ஆனால் சந்தை பொருளியலின் சுயநலத்திற்கு மாற்றாக தியாகம் எனும் விழுமியத்தைப் பொறுப்புடன் தாங்கிச் செல்கிறான், காந்தியின் தனிமனிதன். குமரப்பாவின் மேற்கோளையும் இந்தப் பின்புலத்திலேயே விளக்கிக் கொள்ள முடியும். காந்தியும், குமரப்பாவும் உலகச் சமூகத்திற்கு அளித்த மகத்தான சிந்தனை பங்களிப்பாகவே இதைக் காண வேண்டும்.

தேசங்களை தனி நபராக உருவகிப்பது குமரப்பாவின் மிக முக்கியமான அணுகுமுறை. 'நிலைத்த பொருளாதார' பற்றிய தனது பார்வைகளை எழுதும்போதும், இதே முறையைத்தான் கையாள்கிறார். பொருளாதாரக் கோட்பாடுகளை உருவகங்கள் வழியாக விளக்குவதும் அவருடைய முறைகளில் ஒன்று.

"பொருளாதாரம் மற்றும் சமூக அளவில் நன்னெறி பேணு பவர்களே தலைமைப் பண்பு கொண்ட தலைவர்களாக முடியும். ஏதோ ஒரு தனித்தன்மை மட்டும் போதாது, தன்னை மிஞ்சி, சமூகத்தைப் பார்க்கும், அதற்கு உழைக்கும் மனவளமே மனித வளர்ச்சியின் அறிகுறி – தனி நபரின் இத்தகைய உன்னத அர்ப் பணிப்பும், பிறர் நலன் பேணும் வாழ்வும் சமூக வாழ்வாக வேண்டும்". குமரப்பா தனி நபரின் தலைமைப் பண்பைப் பற்றிச் சொல்வதாக வரும் இப்பகுதிக்கு அடுத்து அதை தேசங்களுக்கும், சித்தாந்தங்களுக்கும் பொருத்தி பார்க்கிறார். ரோம் ஏன் வீழ்ந்தது? முதலாளித்துவத்தின் சவால்கள், கம்யுனிசத்தின்

தவறுகள் என அடுக்கி இந்தியா உலகத் தலைமை ஏற்க எல்லா வாய்ப்புகளும் உண்டென முடிக்கிறார். ஆளுமையின் தலைமைப் பண்பில் ஆன்மீக பங்களிப்பைப் பற்றிச் சொல்கிறார். வெறும் பொருளியல் நோக்குகள் மட்டுமே கொண்ட தத்துவங்கள் காலப்போக்கில் வீழ்ந்து விடும். குமரப்பா முன்வைக்கும் ஆன்மிகத் தளம் என்பது ஒழுக்கம் மற்றும் உயர்ந்த நெறிகள், தியாகம், விடுதலை ஆகியவற்றை உள்ளடக்கியது. லட்சிய கம்யுனிசம் என ஒன்றை உருவகிக்கிறார். அதைநக காந்தியின் 'ராம ராஜ்ஜிய' கனவுடன் கொண்டு இணைக்கிறார். 'கொள்வாரும், கொடுப்பாரும் இல்லாத ராம ராஜ்ஜியத்தை நாம் அடைய இன்னும் எத்தனை காலம் ஆகுமோ?' என அங்கலாய்க்கிறார். 'லட்சிய கம்யுனிசம் குறித்த புனித பயணத்தில் மக்கள் ஜனநாயக சர்வாதிகாரம் என்பது ஒரு கட்டம். "வன்முறையைத் தவிர்த்து விட்டால் கம்யுனிசம் உன்னதமான லட்சியமே. சர்வோதயம் போல அனைத்து மக்களின் நல்வாழ்வுக்கான கொள்கையே கம்யுனிசம்." "லட்சிய கம்யுனிசத்தின் போது அரசும் இல்லாமல் போய்விடும். நாடே ஒரு குடும்பமாகி விடும்."

லட்சிய கம்யுனிசம் எனக் குமரப்பா வரையறை செய்வது ஒருவகையில் கம்யுனிசத்தின் வன்முறைகளை சித்தாந்தத்தின் மீதின்றி அதைப் பயன்படுத்திய மனிதர்களின் பலவீனமாக முன்வைப்பதாகப் படுகிறது. சோவியத் வழிமுறைக்கும் சீன வழிமுறைக்கும் உண்டான வேறுபாடுகளைப் பற்றி அவருடைய பயணக் கட்டுரையில் விரிவாக விவாதிக்கிறார். ரஷ்யா தொழிலாளர்களை மையமாகவும், சீனா விவசாயிகளை மைய மாகவும் கொண்டு புரட்சியில் இணைந்தது. "ரஷ்யா பொருள்களை ஏராளமாகச் செய்து குவித்தது. அதன் மூலமே மக்களின் வாழ்க்கைத் தரத்தை உயர்த்திவிட முடியும் என நம்பியது. பொருள்கள் மக்களின் துயரை எல்லாம் தீர்த்துவிடும் என நம்பினர். பொருட்களின் பெருக்கம் ஒரு தீர்வு என நம்பியதால், தொழிற்சாலைகளை அரசே எடுத்து நடத்தியது, ஏராளமாகச் செய்து குவித்தது. சீன அரசோ மாறாக ஒரு குடும்பம் போல இயங்குகிறது. குடும்பத்தின் முதல் தேவை உணவு, உடுப்பு, உறைவிடம். இவற்றைத் தந்துவிட்டால் குடும்பத்தில் மகிழ்ச்சி உறுதி செய்யப்பட்டுவிடும். எனவே நில சீர்திருத்தத்துக்கு சீனா முதலிடம் அளித்தது." ஊதியத்தைப் பொருட்களாக வழங்கும் சீன பழக்கத்தை பதிவு செய்கிறார். உணவு தன்னிறைவு வழியாக பண வீக்கத்தைக் கட்டுப்படுத்தி இருக்கிறார்கள்.

சர்வோதயத்தை லட்சியமாக ஏற்றுக்கொண்ட சீனா அதை அடைவதற்கு உண்டான வழிமுறையாக அகிம்சையைத் தேர்ந்தெடுக்கவில்லை. அப்படி தேர்ந்திருந்தல் மிகப்பெரிய முன்னுதாரணமாக இருந்திருக்கும், ஆனால் காலப்போக்கில் அதை அவர்கள் உணரக்கூடும் என எண்ணுகிறார் அவர். காந்தியின் மிக முக்கியமான நம்பிக்கை என்பது 'இலட்சியங்கள் வழிமுறைகளை நியாயப்படுத்த முடியாது' என்பதே. அடிப் படைவாதிகள் தங்களது அதிகார வேட்கையை நிறுவிக்கொள்ள கம்யுனிசத்தையும் இன்னபிற கோட்பாடுகளையும் பயன்படுத்திக் கொண்டது போல் காந்தியத்தை ஒரு போதும் பயன்படுத்திக் கொள்ள முடியாது. அதற்கு முக்கிய காரணம் இலட்சியங்களுக்கும், வழிமுறைகளுக்குமான இடைவெளி இன்மை. வெகுமக்களின் நியாய உணர்வுடனான தொடர் உரையாடலும், மனமாற்றமும் தான் காந்தியத்தின் வழியாக இருக்கிறது. ஆகவேதான் காந்தியம் என்பது சுய தேர்வாக இன்றி அரச திணிப்பாக நிகழ முடியாது.

இன்று குமரப்பா பரவலாக மீள் வாசிக்கப்படுகிறார். அவருடைய கோட்பாடுகள் விவாதிக்கப்படுகின்றன. ஆனால் உண்மை என்னவென்றால் நாம் காந்தியிடமிருந்தும், குமரப்பா விடமிருந்தும் வெகு தூரம் விலகி திரும்ப முடியாத எல்லைகளுக்கு வந்துவிட்டோம். இந்த நுகர்வு வெறி வளர்ந்துகொண்டேதான் போகிறது. நாமும் அதற்கேற்றார் போல் தகவமைத்துகொண்டு வாழப் பழகிவிட்டிருக்கிறோம். ஆனால் எங்கோ நம் தலை தட்டும், அன்று நமது மிகைகளின், விழைவுகளின் சிக்கல்களுக்கு முறி மருந்தாக காந்தியும், குமரப்பாவும் எப்போதும் எஞ்சி இருப்பார்கள். அப்படி வளர்ந்து, வீங்கி, தலை தட்டியவர்கள் புதிதாக காந்தியையும், குமரப்பாவையும் இன்று கண்டடைந்து உருமாறி புதிய தலைமுறையை உருவாக்கி கொண்டுள்ளார்கள். ❑

5

இயற்கையின் உயிர்வட்டம்

— ஜே.சி.குமரப்பாவின் சாஸ்வத
பொருளாதாரச் சிந்தனையை முன்வைத்து

'இயற்கையும் மனிதனும்' எனும் சொற்றொடரை எப்போதும் நான் ஐயமுடன்தான் நோக்குவேன். மனிதனை இயற்கையின் பகுதியாகப் புரிந்துகொள்ளாமல் அதற்கு அப்பால் கொண்டு நிறுத்தி, இயற்கைக்கு இணையாக மனிதனையும் அடையாளப் படுத்துவது அபத்தம்.

இரு புள்ளிகள் என்று வகுத்த பின்னர் அவற்றுக்கு இடையிலான உறவை லாப நட்டக் கணக்கின் வழியாக நோக்குவதே மனித இயல்பு. தன்னால் புரிந்துகொள்ள முடிந்த இயற்கையின் பகுதியை அவன் பயனுள்ள பகுதி என்றும் பிறவற்றைப் பயனற்றது என்றும் வகுத்துக் கொள்வான். அதன் விளைவாக இயற்கை பேணி வரும் சமச்சீர் சுழற்சியைக் குலைப்பான். இதற்கு மிகச் சிறந்த உதாரணம் நதிநீர் இணைப்பு குறித்து நாம் கொண்டுள்ள கற்பிதங்கள். கடலுக்குச் சென்று சேரும் நீர் வீணாகிறது என்றே எண்ணுகிறோம். நதிகளை புதிய பாதைகளில் மடைமாற்றி அந்நீரைப் பயன்பாட்டிற்கு கொண்டுவர வேண்டும் என்று திட்டமிடுகிறோம். ஆனால் அதனால் ஏற்படக்கூடிய சுற்றுச்சூழல் மாற்றங்களைப் பொருட்படுத்துவதில்லை.

நவீன காலக்கட்டத்தில் மாற்றுப் பொருளியலின் முதல் குரல் என்றால் அது ஜே.சி. குமரப்பாவினுடையதுதான். மாற்றுப் பொருளியல் சிந்தனைகளை காந்தியத் தாக்கத்தில் முழுக்க மறுவரையறை செய்தது அவருடைய மகத்தான சாதனைகளில் ஒன்று. பிற்காலத்தில் தோன்றிய புகழ்பெற்ற

மாற்று பொருளியல் நிபுணர்கள் ஷூமாக்கர் போன்றவர்களில் அவருடைய தாக்கத்தை தெளிவாகவே உணர முடியும்.

குமரப்பாவினுடைய மிக முக்கியமான நூல்களில் *Economy of Permanence*. இக் கட்டுரை அந்த நூலின் பகுதிகளை கொஞ்சம் விரிவாக ஆய்ந்து நோக்க முயல்கிறது.

விடுதலைப் போராட்டக் காலத்தில் சிறை சென்ற பல தேசியத் தலைவர்கள் சுதந்திரச் சிந்தனையை மேம்படுத்தவும், புதிய உத்திகளைக் கையாண்டு போராட்டத்தை முன்னெடுக்கவும் முயற்சித்தனர். இந்நூலின் முதல் பகுதியும் ஜபல்பூர் சிறையில் உருக்கொண்டதாகத்தான் முன்னுரை தெரிவிக்கிறது. காந்தி இந்நூலுக்கு எழுதிய முன்னுரையில், உடல் – ஆன்மா இருமையைப் பற்றிய வினாக்களை குமரப்பா இந்நூலில் எழுப்பு வதாக கூறுகிறார். குமரப்பாவை ‘கிராமியக் குடிசைத் தொழில் களின் மருத்துவர்’ என்று அழைக்கிறார். ஒட்டுமொத்தமாக இந்நூல் ‘எளிய வாழ்க்கை மற்றும் உயர்ந்த எண்ணம்’ என்பதை நோக்கமாக கொண்டு எழுதப்பட்டது என்கிறார்.

குமரப்பா தன் அறிமுகத்தில், பண்டைய இந்திய மக்களின் வாழ்வில் ஆன்மிகத்தின் பங்களிப்பு அன்றாட வாழ்விலும் வெளிப்பட்டதாகக் குறிப்பிடுகிறார். ஆனால் மெல்ல மதம் இறுக்கமான அமைப்பாக, சடங்குகள் மலிந்ததாக மாறிவிட்டது. மேலும், இன்று ஆன்மிகம் என்று குறிப்பிடும்போதே உலகியல் வாழ்விலிருந்து முற்றிலும் விலகிய ஏதோ ஒரு இலக்கைக் குறிப்பதாக பரவலாக நம்புகிறோம். நாகரிக மனிதன் மதத்தை விட்டு விலக முயல்கிறான், மதம் பகுத்தறிவுக்கு ஒவ்வாத மூட வழக்கங்கள் நிறைந்தது என்று கருதுகிறான், ஆகவே அதை நிராகரிக்கிறான். மனிதன் துண்டுபட்டுக் கிடக்கிறான் என்கிறார்.

அன்றாட வாழ்விற்கும், ஆன்மிக லட்சியத்திற்கும் தொடர் பற்று இருக்கும் சூழலில் அவற்றுக்கு இடையிலான உறவைப் புதுப்பிப்பதே இன்றைக்கு மிக முக்கிய கடமை என்கிறார் குமரப்பா. நாகரிகத்தின் பெயரால் மதத்தை நிராகரிகும்போது அதன் சாரமான ஆன்மிகத்தை இழக்க வேண்டியிருக்கிறது. மதத்தை பின்தொடர்வது எனில், அது வெறும் சடங்குகளாக உறைந்து விடுகிறது. குமரப்பா முன்வைக்கும் பொருளியல் இவை இரண்டுக்கும் இடையிலான வெளியில் வாழ்வை நோக்குகிறது.

அன்றாட வாழ்வில் நம் ஆன்மீக வேட்கை வெளிப்பட வேண்டும். அவற்றுள் சமநிலை கைகூட வேண்டும் என்பதே

தலையாய நோக்கம். எல்லாவற்றையும் வகுத்தியக்கும் புடவிப் பெருநியதியின் நேர்க்கோட்டில் அன்றாட மனித வாழ்வின் ஒவ்வொரு செயலும் இயைந்து இருக்க வேண்டும். இத்தகையதொரு வாழ்க்கை முறைக்கு அவசியமான பொருளியல் சிந்தனைகளைக் குமரப்பா இந்நூலில் விவாதிக்கிறார்.

நிரந்தரப் பொருளியல் என்று வரையறை செய்யும்போது, எது நிரந்தரம் என்பதை முதலில் வரையறை செய்தாகவேண்டுமே. எனவே, தத்துவார்த்தமாக இவ்விசாரத்தை தொடங்குகிறார். கால – வெளிக்கு அப்பால் உள்ளதை நிரந்தரம் என்று கொண்டால், கால – வெளிச் சட்டகத்திற்குள் வருபவை அனைத்துமே தற்காலிகமானவை என்றே பொருள். ஆகவே துல்லிய நிரந்தரம் என்பதை விடுத்து, பொருளியலுக்காக 'ஒப்பு நிரந்தரம்' என்பதை அளவுகோலாகக் கொள்ள வேண்டும் என்கிறார்.

கால – வெளிச் சட்டகத்திற்குள் உள்ள ஒவ்வொன்றிற்கும் தோற்றமும், மறைவும் உண்டு. இயற்கையின் வெவ்வேறு பரிமாணங்களுடன் மனிதனை ஒப்புநோக்கிக் கொள்வதே சிறந்தது. மனித வாழ்க்கையை ஒப்பிடும் போது கைபேசி, கணினி ஆகியவைகளின் ஆயுட்காலம் குறைவு, இயற்கை வளங்களின் ஆயுள் நெடிது. ஒரு மலரின் ஆயுள் சிலமணி நேரம்தான். மனிதனின் வாழ்நாள் சராசரி அறுபது வருடம், அதிகபட்சம் நூறாண்டுகள் என்றால் ஒரு பெரும் மரத்தின் ஆயுள் பல நூற்றாண்டுகள், பெருநதியின் காலம் அதைவிட அதிகம். பூமியின் ஆயுள் பல மில்லியன் ஆண்டுகள், அதைவிடப் பன்மடங்கு அதிகம் சுருங்கி விரியும் இப்புடவியின் ஆயுள். ஆக பூமியின், புடவியின், இயற்கையின் ஆயுட்காலத்தை மனித வாழ்வுடன் ஒப்பிடும்போது மனித வாழ்வு தற்காலிகம் என்றும் ஒப்புநோக்கில் அவை நிரந்தரம் என்றும் வரையறுக்கலாம்.

முதல் அத்தியாயத்தில் இந்தச் சித்தாந்தத்தை இயற்கை வளங்களுக்கு பொருத்திப் பார்க்கிறார். இயற்கை ஆற்றல்களில், இயற்கை வளங்களில் சிலவற்றை நாம் எத்தனை பயன்படுத்தினாலும் அது குறைவதே இல்லை. மீண்டும் மீண்டும் உற்பத்தியாகி தன்னை தக்கவைத்துக் கொள்ளும் திறன் கொண்டது இயற்கை வளம்.

நிலக்கரி, கனிம வளங்கள் போன்றவை பயன்பாட்டிற்கு ஏற்ப நாளடைவில் குறைந்துவிடும். குன்றா வளத்தை நிரந்தரம் என்றும், புதுப்பிக்கவியலா வளத்தை தற்காலிகம் என்றும்

வரையறை செய்யலாம். உயிர் சுழற்சியின் வழியாக உயிருலகம் நிரந்தரத் தன்மையை தக்கவைத்துக் கொள்கிறது என்கிறார் குமரப்பா. அதற்கு உதாரணமாக விதை முளைத்து செடியாகி இலை உதிர்ந்து உரமாகி, மீண்டும் விதை முளைக்கும் சுழற்சியை குறிப்பிடுகிறார் அவர். இயற்கையின் உயிர் வட்டம் குலையாத வரை எல்லாம் அதன் போக்கில் இயங்கிக்கொண்டே இருக்கும்.

இயற்கைப் பெருநியதி எல்லாவற்றையும் வழிநடத்துகிறது. இங்கு ஒவ்வொன்றும் ஏதோ ஒன்றை உணவாகக் கொண்டு வளர்கிறது. அதற்கு ஒப்பாக ஏதோ ஒன்றை அளிக்கிறது. இந்த சுழற்சியே இவ்வுலகை உயிர்ப்புடன் வைத்திருக்கிறது. பெறுவதை ஊதியம் அன்றி அளிப்பதை தனது பணி என்றும் வரையறை செய்கிறார் குமரப்பா. இயற்கையின் மொழியில் 'பணி' என்பது முடிவற்ற உயிர்சுழற்சியை தக்கவைக்க மேற்கொள்ளும் அயரா முயற்சி. அப்படி இயங்க உயிருள்ளவை, உயிரற்றவை என அனைத்தும் ஒத்திசைந்து இயங்க வேண்டும். இந்த சுழற்சியில் ஏதோ ஒரு கண்ணி விடுபடும்போது வன்முறை வெடிக்கிறது. இவ்வன்முறை எல்லாவற்றையும் குலைத்து அழிவில் முடிக்கிறது.

'Nature is unforgiving and ruthless' என்கிறார் குமரப்பா. இவ்வரி ஆழ்ந்த சிந்தனைகளை உருவாக்குகிறது. இதற்கு அடுத்த வரியில், நாம் நம்மை தற்காத்துக்கொள்ள வேண்டும் எனில் இயற்கை நிலைத்திருக்க மேற்கொள்ளும் வழிகளுக்கு பூரணமாக உடன்பட்டு ஒத்துழைப்பு நல்கிட வேண்டும் என வலியுறுத்துகிறார். இந்த சுழற்சியை short circuit செய்யாமல் அதில் எவ்விதக் குறுக்கீடும் செய்யாமல் இருப்பதே சிறந்தது என்கிறார்.

நம் காலத்து மகத்தான இயற்கை வேளாண் விஞ்ஞானி மசானபு ஃபுக்குவோக்காவின் தாரக மந்திரம் 'ஒன்றுமே செய்யாதிரு' என்பதுதான். ஆனால் ஃபுக்குவோக்கா அவர் அறிந்த பௌத்த மகாதர்ம கோட்பாட்டின் பின்னணியில் அதை ஒரு மெய்யியல் தரிசனமாக முன்வைக்கிறார். அங்கு அச்சத்திற்கு இடமில்லை. ஒவ்வொரு கிராமத்து பெண் தெய்வம் பற்றியும், விதியின் வலிமையைப் பற்றியும் கூட இந்தச் சொற்களில் பொருத்திக் கொள்ளலாம் – unforgiving and ruthless.

எல்லாம் தெரிந்த எங்கும் நிறைந்த கடவுள் எனும் சொல்லுக்கு மாற்றாக இயற்கையா? இந்திய தொல்மரபில் கடவுள்களுக்கு இரு முகங்கள் உண்டு எல்லாவற்றையும் அழித்துச் சூனியமாக்கும் கால ரூபிணியான அன்னை காளி, எல்லோரையும் அரவணைக்கும்

கவுரி. இயற்கை என்பது இறுக்கமான பெருநியதிகளால் கட்டப்பட்ட பெரும் ஆற்றலா? அதைத் துதிக்க வேண்டியதில்லை. ஆனால் அதன் இயங்குமுறைக்குப் பூரணமாக நம்மை ஒப்படைத்தாக வேண்டும்.

குமரப்பா வழிபாடு மனநிலையைச் சுட்டவில்லை என்றே எண்ணுகிறேன். பெருநியதிக்கு அப்பாற்பட்டு இயற்கைக்கு கருணை என்ற ஒன்று சாத்தியமா என்று தெரியவில்லை. கருணையும், ஆதிக்கமும், குரூரமும், பசியும், அன்பும், எல்லாமும் இயற்கையின் குணங்கள்தான். நன்மை தீமை பகுப்புக்களுக்கு அப்பால் உலகத்தை அதன் ஆதாரக் குணங்கள் இயக்குகின்றன. இயற்கை கட்டுக்கோப்பானது அதேவேளை மனித ஒப்பீட்டில் கட்டற்றதும் கூட.

மண்புழுவை ஒரு உவமையாகச் சுட்டுகிறார் குமரப்பா. மண்ணில் ஊர்ந்து அதன் இறுக்கத்தைக் குலைக்கிறது, காற்றும், நீரும் புக மண்ணை லகுவாக்குகிறது. மண்ணில் உள்ள தழை களை உண்டு, அது வெளியேற்றும் கழிவு உரமாகிறது. இயற்கையின் உயிர் சுழற்சியில் பங்களிக்கும் ஒவ்வொரு உயிருக்கும் தக்க சன்மானத்தை இயற்கையே வழங்குகிறது. பணிக்கு பிரதி பலனாக எல்லாவற்றையும் பேணி வளர்க்கிறது. மரம் செடிகளின் விதைகள் அருகாமையிலேயே விழுந்தால் சுற்றி வளரும் செடிகள் மரத்தின் ஊட்டச் சத்தை உறிஞ்சிவிடும், மெல்ல அம்மரம் உயிரிழக்க நேரும். அசைய முடியா மரம் தன் சந்ததியை உயிர்ப்புடன் வைத்துக்கொள்ள பறவைகளின் உதவியை நாடுகிறது. பழங்களை உண்ணும் பறவைகள் விதைகளைத் தொலை தூரத்தில் வெளியேற்றுகிறது. இயற்கையின் பிரம்மாண்ட அமைப்பில் எந்த உயிரும் தனக்கென வாழ்வதில்லை என்பதே அடிப்படை நியதி. தனக்காக மட்டும் வாழ்ந்து மறையும் எதுவும் பெரும் வன்முறையை மட்டுமே விளைவிக்கும்.

குமரப்பா அடுத்த அத்தியாயத்தில் பொருளியலின் வகை மாதிரிகளைப் பற்றிப் பேசுகிறார். அதற்கு அவர் எடுத்துக் கொள்ளும் உருவகங்களும் இயற்கையுடன் நெருங்கிய தொடர் புடையதுதான். அந்த உவமைகளே எல்லாவற்றையும் விளக்கி விடுவதாகவும் ஆகிறது.

ஒட்டுண்ணி பொருளியல் – புலிக்கும் – ஆட்டிற்குமான உறவை உவமை சொல்கிறார். புலி ஆட்டை உண்பதன் வழியாக தன்னை வளர்க்கிறது, அது ஆட்டிற்கு எவ்வித நன்மையையும்

ஆயிரம் காந்திகள் 53

அளிக்கவில்லை. ஆடு தழைகளை உண்கிறது, நீர் அருந்துகிறது, பதிலுக்குச் சாணமிடுகிறது; பால் கொடுக்கிறது. புலி நேரடியாக ஆட்டை உண்கிறது. வன்முறையை அறிமுகம் செய்கிறது. புலி உயிர்த்திருக்க, வன்முறை தவிர்க்க முடியாததாகிறது. ஒட்டுண்ணி யாக மரத்தில் வாழும் செடி மெல்ல மெல்ல மரத்தின் வளத்தை உறிஞ்சிக் கொல்கிறது. தான் வாழ பிறரை அழித்தல் என்பதே இவ்வகைப் பொருளியலின் நோக்கம் என்று கொள்ளலாம்.

சூறையாடும் பொருளியல் – அதீத தன்முனைப்பில் விளைவது. எவ்விதப் பங்களிப்பையும் அளிக்காமல் பலனை மட்டும் அனுபவிப்பது. ஒட்டுண்ணி, பொருளியலுக்கும் இதற்கும் உள்ள முக்கியமான வேற்றுமை வன்முறையின் அளவில் உள்ளது. ஒட்டுண்ணியில் சார்ந்து வாழும் உயிரின் அழிவு தவிர்க்க முடியாதது. ஆனால் இங்கு அந்த அளவிற்கு வன்முறை இல்லை. முற்றிலுமாக அழிவதில்லை. எவரோ நட்டு வளர்த்த மாந்தோப்பில் காய்க்கும் பழங்களை எவ்விதப் பங்களிப்பும் இன்றி தனதாக்கி உண்கிறது தோட்டம் புகும் குரங்கு. முற்றிலு மாக அழித்து விடாமல் அதேவேளை பங்களிப்பும் உழைப்பும் இன்றி, வளங்களைத் திருடுவதே இவ்வகை பொருளியல்.

தன்முனைவு பொருளியல் – இயற்கையிடமிருந்து தனக்குத் தேவையானவற்றைப் பெற்று, மேலதிக உழைப்பைச் செலுத்தி அதை வளப்படுத்தி, பிரதிபலனாக தன் பங்களிப்பையும் அளிக்கிற அமைப்பை குமரப்பா இப்படி அழைக்கிறார். இதற்கு மிக சிறந்த உதாரணம் தேனீக்கள். மலர்களில் இருந்து தேன் எடுக்கிறது, அதன் வழியாக மகரந்தச் சேர்க்கைக்கு உதவுகிறது, அத்துடன் இல்லாமல் தேனீ தன் சொந்த உழைப்பில் தேன்கூடு கட்டி, அதைச் சேமிக்கிறது. பெறுபவரும், கொடுப்பவரும் இருமுனையிலும் அதனால் ஆதாயம் அடைகிறார்கள். தாங்கள் சார்ந்திருப்பவை மீது வன்முறையைச் செலுத்துவதில்லை. அவற்றை அழிப்பதும் இல்லை, மாறாக ஏதோ ஒருவகையில் உதவுகிறது, மேம்படுத்துகிறது. தன் சொந்தத் திறனால் வளத்தை பெருக்கிக் கொள்கிறது.

ஒருங்கிணைவு பொருளியல் – தன்முனைப்பு மறைந்து குழு மனப்பான்மையுடன் செயலாற்றி, குழுவின் ஒட்டுமொத்த வளர்ச்சிக்காகப் பாடுபடுவதை இவ்வகைப் பொருளியல் எனக் குறிக்கலாம். தேனீக்களுக்கு தங்கள் தனிப்பட்ட நலன் என ஏதுமில்லை. அவை உழைத்து உருவாக்க முயல்வது தங்கள்

சமூகத்திற்காகதான். அன்றாடத் தேவை எனும் புள்ளியைக் கடந்து ஏதோ ஒரு வருங்காலத் திட்டமும் இத்தகைய இயங்கு முறைக்கு உண்டு. பாபா ஆம்தே தன்னுடைய பொருளியல் நோக்கை தேனீக்களுடன்தான் ஒப்பிடுகிறார். "தேனீக்களை எடுத்துக் கொள்ளுங்கள். அதன் பொக்கிஷம் என்பது மிளகாய் செடியிலிருந்து கூட அவை சேமிக்கும் தேன்தான். அதனால் பூக்களுக்கு எவ்வித இழப்புமில்லை. இன்னும் சொல்வதானால் தேன் எடுப்பது மலரின் வளர்ச்சிக்கு உகந்ததும் கூட. நீங்கள் கலீல் கிப்ரான், மார்க்ஸ், கோர்பசேவ், ஏன் காந்திஜியிடமிருந்துகூட கற்றுகொள்ள வேண்டாம். மாறாக மவுன சகாவாக தேனீக்களை ஏற்றுக்கொண்டு அவற்றிடமிருந்து கற்றுகொண்டால் கூட போதும், எதையும் அழிக்காமல் வளர்ச்சி என்பது எப்படிச் சாத்தியம் என்பதை அவை நமக்கு காட்டித்தரும்."

சேவை பொருளாதாரம் – எல்லாவற்றிலும் ஆகச் சிறந்த பொருளாதார வகைமாதிரி என்றால் இதுதான் என்கிறார் குமரப்பா. அன்னைக்கும், பிள்ளைகளுக்கும் உள்ள உறவைப் போன்றது இது. தன் ஆபத்தைப் பொருட்படுத்தாது உணவு சேகரித்து பலன் எதையும் எதிர்நோக்காமல் அமுது ஊட்டி வளர்க்கிறது. உடனடி குறிக்கோள் என எதுவும் இல்லை. தூய அன்பு மட்டுமே அதை இயக்குகிறது. அகிம்சையும், நிரந்தரமும் வாய்க்கப் பெற்ற முழுமையான பொருளாதாரம் என்றால் அது இதுதான்.

இவை அடிப்படை வகைமாதிரிகள் மட்டுமே. இந்த அம்சங்களை கணக்கில் கொண்டால், இவற்றின் கூட்டில் புதிய வகை மாதிரிகளை உருவாக்க முடியும் என்கிறார் குமரப்பா.

இயற்கையின் உயிர்வட்டத்தில் தனிக் கவனம் கோருவது மனிதனின் உயிர். ஏனெனில் தனிமனிதனாக, மனிதத் திரளாக, இயற்கையின் வேறு எந்த அங்கத்திற்கும் இல்லாத தனிச்சிறப்பு மானுட இனத்திற்கு உண்டு. அவனால் அதன் செயல் நெறியை வேறு எந்த உயிரினங்களைக் காட்டிலும் பலமடங்கு அதிகமாகக் குலைக்க இயலும். இயற்கையின் வல்லமை பன்மடங்கு அதிகம்தான், இறுதியில் தன் விலகலை மீட்டு அதன் பாதைக்குத் திரும்பும் எல்லையற்ற ஆற்றல் அதற்குண்டு. அதுவே மீண்டும் மீண்டும் நிகழ்கிறது. ஆகவே மனிதன் இயற்கையுடன் ஒத்திசைந்து வாழ்வது எப்படி எனும் கேள்விக்கான விடையைத்தான் நாம் ஆராய வேண்டும் என்கிறார் குமரப்பா.

மனிதனுக்கும் பிற உயிரினங்களுக்கும் உள்ள ஆதார வேறுபாடு என்ன? பிற உயிரினங்கள் இயற்கையின் இரும்பு விதிகளைத் தாண்ட முடிவதில்லை, மனிதனுக்கு அதற்கான சுதந்திரம் உண்டு. அவனுடைய எண்ணங்களை, கனவுகளை நனவாக்கும், தீர்மானிக்கும், முடிவெடுக்கும் திறன் அவனுக்கு அளிக்கப்பட்டுள்ளது. பிற உயிரினங்கள் இயற்கை வகுத்த உள்ளுணர்வு எனும் இறுகிய இருப்புப் பாதையில் வாழ்க்கைப் பயணம் செய்கின்றன. அந்த உள்ளுணர்வே அவற்றின் பாதை யையும், திசையையும் தீர்மானிக்கிறது. எவ்விதக் குறுக்கீடும் இல்லாதவரை தம் பாதையில் தாம் வகுத்துக்கொண்ட இலக்கை நோக்கி பயணித்தபடியே தானிருக்கும்.

முட்டையிலிருந்து வெளிவரும் கோழிக் குஞ்சு உணவைத் தேடி அலைகிறது. எந்த தானியத்தை உண்ண வேண்டும், கூடாது என்பதை அது அறிந்திருக்கும். ருசியாய் இருக்கிறது என்று எதையும் தேவைக்கு அதிகமாக உண்பதில்லை. இதை இதை உண்டால் மட்டுமே மகிழ்ச்சி என்று வரையறை செய்வதில்லை.

பெரும்பாலும் விலங்கினங்களுக்கு எந்த நோய்களும் வருவ தில்லை. குடற்சார் நோய்களுக்கு பட்டினி கிடந்தோ, வாயி லெடுத்தோ, மலம் வெளியேற்றியோ, ஏதேனும் பச்சிலைகளை உண்டோ தன்னைச் சரிப்படுத்திக்கொள்ளும். ஆனால் மனி தனின் ஆகச்சிறந்த வரம் அவனுக்கு எதிராய்த் திரும்புவதுதான் வேடிக்கை. அவன் தன்னுடைய ‘சுயதேர்வு’த் திறன் மூலம் மேம்பட்ட வாழ்வை உருவாக்கி, இயற்கையுடன் இயைந்து வாழ முற்பட வேண்டும். ஆனால் அது இயற்கையைச் சூறையாடவும் தனக்குச் சாதகமாகப் பயன்படுத்திக்கொள்ளவும் இறுதியில் அதை அழிக்கவும்தான் பயன்படுகிறது.

உள்ளுணர்வின் பாதை இறுகிய இருப்புப் பாதையில் பயணிப்பது போல் என்றால், ‘சுய தேர்வின்’ பாதை மிதிவண்டியில் பயணிப்பது போல். கோட்பாட்டளவில் அவனுக்கு எங்கு வேண்டுமானாலும் செல்லும் சுதந்திரம் இருப்பது போல் தோன்றினாலும் அவனால் வானில் பறந்துவிட இயலாது, நீரில் மிதந்துவிட இயலாது. முன்னதைக் காட்டிலும் அதிகத் தேர்வும் சுதந்திரமும் உண்டு எனினும், பூரண சுதந்திரத்தின் பாதை அல்ல. உரிய பாதையில் சென்றால் ஒழிய மிதிவண்டியும் பயனளிக்காது. முட்கள் நிறைந்த பாதைகளிலும், வயல்களிலும்,

புதர்களிலும் அது பயன்படாது. மாறாக அவனுக்குத் துக்கத்தையும், வலியையும், ஆபத்தையுமே அது அளிக்கும். ஆகவே 'சுயதேர்வை' நிர்வகிக்கும் விழிப்புணர்வுடன் கூடிய ஒழுக்கமும் அறிவும் அத்தியாவசியமாகிறது.

ஆனால் எப்போதும் இயற்கை தன்னிடம் பணிபவரை ஏற்றுக் கொள்கிறது, அகங்காரம் கொண்டு அதைப் பொருட் படுத்தாமல் அதன் சுழற்சியைக் குலைக்கும்போது எவ்வித கருணையுமின்றி தண்டிக்கும் பெருவல்லமை அதற்குண்டு.

குமரப்பா அடுத்த அத்தியாயத்தில் மனிதனின் 'சுய தேர்வு' வெவ்வேறு தளங்களில் எவ்வாறு சரியாகப் பயன்படுத்தப்பட வேண்டும் என்றும், மாறாக அது எப்படி மோசமாக பயன்படுத்தப் படுகிறது என்பதையும் விரித்து எழுதுகிறார். பசி என்பது மானுடத்தின் அடிப்படை விசைகளில் ஒன்று. அவனுடைய இருப்பின் ஆதாரத் தேவைகளில் ஒன்று. மனிதன் பசியை நிறைவு செய்யாமல் ருசி தேடி அலையத் தொடங்குவதில் சிக்கலிருப்பதாக குமரப்பா சொல்கிறார். வாழ்வதற்காக உணவு என்பது போய், உணவிற்காக வாழ்க்கை என்பதை மனிதன் தேர்வு செய்து விடுகிறான். அவனுடைய இயல்பான தேவைகள் நோக்கி ருசியும், மணமும் ஈர்க்கும். விலங்கினங்கள் அப்படித்தான் தங்கள் தேவைகளை நிறைவு செய்து கொள்கின்றன.

ஒரு பிரபல பன்னாட்டு துரித உணவு நிறுவனம் கோழிக் கறிக்கு பெயர்போனது. அவர்களுக்குத் தேவையான கோழிகளை எப்படி உருவாக்குகிறார்கள் என்பதற்கு ஒரு காணொளி இணையத்தில் உலவுகிறது. இயற்கையில் இருக்கும் உயிர் சுழற்சியை பொருட்படுத்தாமல் உணவைத் தொழிற்சாலை போல் ஆக்கி, அனைத்து உயிரினங்களும் மனிதனின் தேவைக்குப் படைக்கப்பட்டது எனும் தோற்றத்தை சந்தைப் பொருளியல் ஏற்றிக் காண்பிக்கிறது.

விலங்கினங்களை உண்பதல்ல தவறு, பசிக்கு உணவு என்பது இயல்பானதே. ஆனால் ருசிக்கு அடிமையாதல் வன்முறையை விதைக்கிறது. காந்தியின் வார்த்தைகளில்தான் எத்தனை சத்தியம் – "இயற்கை ஒவ்வொருவரின் தேவையையும் பூர்த்தி செய்யவல்லது, எவருடைய பேராசையையும் அல்ல".

உடலுக்குத் தேவையான நீருக்கு மாற்றாக மனிதன் மது வகைகளை உட்கொள்கிறான் என்கிறார் குமரப்பா. உண்மையில் மதுவகை தாக சாந்திக்காக ஏற்படுத்திக் கொண்ட பழக்கமல்ல

என்பதை ஏற்றுக் கொள்ள வேண்டும். திரவ வடிவம் எனும் ஒற்றுமையைத் தாண்டி நீர் அருந்தவும், மது அருந்தவும் வேறு வேறு நோக்கங்கள் உண்டு என்றே நம்புகிறேன். உணவை நோக்கி இட்டுச் செல்லும் நோக்கத்திற்காக அளிக்கப்பட்ட வாசப் புலன், புகைப் பழக்கமாக மாறிவிடுகிறது என்கிறார் குமரப்பா. 'வம்சவிருத்தி' எனும் நோக்கத்திற்காக மட்டுமே விலங்கினங்கள் கலவியில் ஈடுபடுகின்றன, ஆனால் மனிதன் தன் புலன் வேட்கை களை தணித்துக்கொள்ள முனைகிறான். குழந்தைகள் தவிர்க்கப் பட வேண்டிய விபத்தின் விளைவாக உருவாகிறார்கள் அல்லது எதிர்பாராத விளைவாகவே பிறக்கின்றன என்கிறார் குமரப்பா.

மனிதனின் மிக முக்கியமான திறன்களில் ஒன்று அவனுடைய கற்பனை ஆற்றல். கற்பனை அனுபவமற்ற வெளிகளில் சஞ்சரிக்க முடியும். அதைக் கலையாக ஆக்க இயலும். ஆனால் கஞ்சாவும், ஓப்பியமும், பயன்படுத்தி கட்டற்ற கற்பனையில் வெறுமே ஆழ்ந்திருக்க முயல்கிறான். நிதர்சனத்தின் முகங்களைக் காணும் துணிவின்றி போதையின் துணையுடன் கற்பனையில் காலம் கழிக்கிறான்.

மனிதன் கடவுளை ஒத்த நிறைவும், நிலையும் அடைவது படைப்பூகத்துடன் திகழும்போதுதான். அந்தத் திறமையை அவன் சரிவரப் பயன்படுத்துகிறானா? இயற்கையின் தேவை களைப் பூர்த்தி செய்வதை விடுத்து அவன் தன் பேராசை களுக்குப்பின் ஓடுகிறான். குமரப்பா இதற்கு உதாரணமாக சிறு சிறு தடுப்பணைகள் கட்டி நீரைச் சேமிப்பது, பின்னர் அதிலிருந்து மின்சாரம் எடுப்பது போன்றவற்றைக் குறிப்பிடுகிறார். மாறாக பெரும் இயந்திரங்களைக் கொண்டு அரிசியை பாலிஷ் செய்கிறான், இயற்கையான பழங்களை அப்படியே உண்பதற்கு மாறாக அதிலிருந்து சாறு எடுத்து வைன், சிடர் போன்றவற்றில் பயன்படுத்துகிறான்.

குமரப்பா முன்வைக்கும் உதாரணங்களில், அதற்கு அவர் கொடுக்கும் விளக்கங்களில் சில விவாதத்திற்கு உட்பட்டவை என்றாலும், சிக்கல்கள் பற்றிய அறிதல் எனும் அளவில் அவை முக்கியமானவை. மனிதனின் ஆகச்சிறந்த பண்பு என்பது நேசம்தான். ஆனால் அந்தத் தூய அன்பையும் கூட தன் சுயநல நோக்கத்திற்காக மனிதன் பயன்படுத்துகிறான். தன் உபரி ஆற்றல் முழுவதையும் சுயநலத்திற்காக மட்டுமே பயன்படுத்துகிறான் எனும் வலுவான குற்றச்சாட்டுடன் அந்த அத்தியாயத்தை முடிக்கிறார் குமரப்பா.

இயற்கையின் வெவ்வேறு பொருளியல் வகைமாதிரிகளை விவரிக்கும் குமரப்பா அவற்றை அடுத்தடுத்த தளங்களில் பொருத்திப் பார்க்கிறார். மானுட வாழ்வின் படிநிலைகளுக்கும், தேசங்களுக்கும் கொண்டு செல்கிறார். இயற்கையில் உள்ள பிற உயிரினங்களுக்கும், மனிதனுக்கும் உள்ள மிக முக்கியமான வேற்றுமை, மனிதனால் தனது 'சுய தேர்வின்' திறமையால் ஒரு படிநிலையில் இருந்து மற்றொன்றிற்கு கடந்து செல்ல முடியும் என்பதே. இயற்கையின் விதிப்படி ஒட்டுண்ணியாக பிறக்கும் உயிரினம் ஒரு போதும் வேறு வகைக்குள் புக முடியாது. சிறுத்தையும், குரங்கும், தேனீயும் தங்கள் வாழ்க்கை முறையைத் தேர்வு செய்வதில்லை, ஆகவே அதை விட்டகன்று வேறு ஒன்றைத் தேர்வு செய்யவும் இயலாது.

மதிப்புமிக்க பொருளுக்காக கொலை செய்யும் திருடன் தன் சுயநல நோக்கத்திற்காக வன்முறையைக் கையாள்கிறான், ஒட்டுண்ணி வகையைச் சேர்ந்த அவன் கொலைத் தொழிலை விடுத்து ஜேப்படித் திருடனாகிறான் அல்லது நிலக்கிழார் ஆகிறான், தன் பங்களிப்பு ஏதுமின்றி பிறர் உழைப்பை அறுவடை செய்கிறான். சூறையாடும் பொருளியல் வகைமாதிரிக்குச் செல்கிறான். அவனே மனம் திருந்தி வேளாண்மை வாழ்க்கை வாழத் தொடங்கும் போது ஒரு விவசாயியாகத் தன்முனைவுப் பொருளியலைத் தேர்வு செய்கிறான். கூட்டுக் குடும்பம் உருவாகி குடும்ப நன்மைக்காகக் கூடி உழைக்கத் தொடங்கும் போது அடுத்தக்கட்டப் பொருளியல் நிலைக்குச் செல்கிறான். சமூக சேவகராக தன் வாழ்க்கையை அமைத்துக் கொள்ளும்போது சேவைப் பொருளியலைத் தேர்வு செய்கிறான். பிறர் பொருட்டு வாழ்கிறான்.

குமரப்பா ஒவ்வொரு பொருளியல் வகைகளின் அம்சங் களையும் பட்டியலிடுகிறார். உவமைகளே அவற்றின் குணாதி சயங்களை சிறப்பாக எடுத்துக் காட்டுகின்றன என்பதால் மேலும் விரித்தெடுக்க வேண்டியதில்லை.

தனிமனிதத் தளத்தில் இருந்து சமூக / தேசிய / மக்கள் திரள் எல்லைகளுக்கு இவ்வரையறையை பொருத்திப் பார்க்கலாம் என்கிறார் குமரப்பா. ஒட்டுமொத்த மானுட பரிணாமத்தை மூன்றாக வகுக்கிறார். ஒரு மக்கள் திரள் பிற மக்கள் திரளுடன் கொள்ளும் உறவைக் கொண்டு அதன் போக்கைத் தீர் மானிக்கலாம்.

விலங்கினம் அல்லது தொடக்க காலப் பரிணாமம் – ஒட்டுண்ணி மற்றும் சூறையாடல் பொருளியல் இதில் அடங்கும். தன் பொருளியல் தேவைக்காக பிற தேசங்களை அழிக்கத் துணியும் தேசங்களை இவ்வகையில் சேர்க்கலாம். பிறருடைய அடிப்படை வாழ்வுரிமைகளைப் பற்றி எள்ளளவும் கவலை கொள்ளாது. தன் தேவைகள் மட்டுமே அதற்கு முக்கியம். அடிமை முறையை ஊக்குவித்த பண்டைய கிரேக்க ருமானியா நாகரீகங்களையும், காலனிய பிரித்தானிய அரசாங்கத்தையும் ஒட்டுண்ணி வகைக்கு உதாரணம் சூட்டுகிறார் குமரப்பா. சூறையாடும் பொருளியலுக்கு நதீர் ஷாவை உதாரணம் சொல் கிறார். கோவில்களில் சேர்ந்திருந்த உபரிகளைக் கொள்ளை யிட்டனர். ஆனால் அவர்கள் மக்களின் பணம் சேர்க்கும் திறனை அழிக்கவில்லை. நவீன காலத்தில் சந்தை பொருளியல் பங்குதாரர்களை குமரப்பா உதாரணம் காட்டுகிறார். எவ்வித உழைப்பும் இன்றி லாபத்தில் பங்கெடுக்கிறார்கள்.

மானுட நிலை – தன் முனைவு மற்றும் ஒருங்கிணைவு பொருளியல் இவ்வகைப்பாட்டுக்குள் அடங்கும். முந்தைய பகையில் வெறும் சுயநலப் போக்கு மட்டுமே வழிநடத்தியது, இவ்வகையில் உரிமை மற்றும் கடமை குறித்தான தெளிவான பார்வை மனிதர்களிடம் காணக் கிடைக்கிறது. சுரண்டல் இன்றி தற்சார்பு அடைய முனைகிறது. இந்தியா மற்றும் சீனாவில் நிகழ்ந்த வேளாண்மை மைய நாகரீகங்கள் இவ்வகைக்கு சிறந்த உதாரணங்கள். பிறரைத் தொந்தரவு செய்யாமல் தங்கள் தொழில் வழி லாபம் அடைந்தார்கள்.

குழுவள பொருளியலுக்கு குமரப்பா சுட்டும் உதாரணங்கள் சுவாரசியமானவை, நாஜிக்கள், பாசிஸ்ட்கள் ஆகியவர்களைச் சுட்டுகிறார். அவர்கள் சார்ந்த குழுவிற்கு அவரவர் அளவில் விசுவாசமாக இருக்கிறார்கள். தங்கள் சுயநலத்தை விடுத்து குழுவின் பொது முன்னேற்றத்திற்கு உழைக்கிறார்கள், ஆனால் குழுவிற்கு வெளியில் இருப்பவர்கள் மீது வன்முறை பிரயோகிக்கத் தயங்குவதில்லை என்பதையும் கவனிக்க வேண்டும் என்கிறார். குமரப்பா இந்நூலை எழுதிய காலக்கட்டத்தில் நாஜி ஹாலோ காஸ்ட் கொடூரங்கள் வெளிதெரியவில்லை என்றே நம்புகிறேன். என் பார்வையில் இவற்றையும் நான் விலங்கியல் பொருளியலில் தான் சேர்ப்பேன். கூட்டமாக வேட்டையாடும் தூணா மீன்களைப் போல்.

ஆன்மீக நிலை – தன் நலம், தன் குழுவின் நலம் என்பதை எல்லாம் கடந்து ஒட்டுமொத்த மானுட குலத்தின், ஒட்டுமொத்த உயிரினத்தின், பிரபஞ்சத்தின் நலனைப் பற்றி மட்டும் சிந்திக்கும் உயரிய பரிணாம நிலை. அந்நிலை கைகூடிய அமைப்பு என இதுவரை எதுவும் உருவாகவில்லை என்கிறார் குமரப்பா. பண்டைய இந்திய அற நூல்களில் குறிப்பிடப்பட்டுள்ள லட்சிய பிராமண இலக்கணம் அத்தகைய குணாதிசயங்களைக் கொண்டது எனினும், இன்றைய நடைமுறையில் அத்தகைய குணாதிசயங்களை விட்டு பிராமணர்கள் என்று தங்களை அழைத்துக் கொள்பவர்கள் வெகுவாக விலகி இருக்கிறார்கள் என்கிறார். குமரப்பாவின் இக்கருத்தும் விவாதத்திற்கு உரியதுதான். ஏட்டளவில் குறிக்கப்பட்டுள்ள உயரிய குணங்கள் ஏட்டளவில் மட்டுமே சில விதிவிலக்குகளைத் தவிர்த்து புழங்கி வந்தது நிதர்சனம்.

காந்தி ஆசைப்பட்டது இந்த உயர்ந்த நிலைக்காகத்தான். கிராமிய பொருளியல் குறித்தான அவரது முயற்சிகள், கனவுகள் எல்லாம் இத்திசையில் கொண்டு செல்வதற்கான முனைப்புதான். காந்தியின் பிரபலமான மேற்கோள் நினைவுக்கு வருகிறது. குறைந்த மக்கட்தொகை கொண்ட பிரித்தானியா வல்லரசாக நிறுவிக் கொள்வதற்கு உலகின் பாதி வளத்தைச் சுரண்ட வேண்டி இருக்கிறது. பிரம்மாண்டமான மக்கட்தொகை கொண்ட இந்தியா அப்படி ஆவதற்கு இவ்வுலகம் மொத்தமும்கூட அதற்குப் போதாது. வல்லரசு பற்றிய கற்பிதங்களை மறுபரிசீலனை செய்தாக வேண்டிய நிர்ப்பந்தம் நமக்கிருக்கிறது.

உலகில் உள்ள ஒவ்வொன்றிற்கும் ஒரு மதிப்பு இருக்கிறது. அதை அளக்கும் அளவைகள் தான் வேறானவை. ஒவ்வொரு பொருளின் மதிப்பும், மனிதனுக்கு மனிதன் வேறுபடும். எண்ணிக்கை, எடை, நீள–அகலம் போன்றவை கொள்ளளவை அளப்பவை. தரத்தை நிர்ணயிக்க வேறுவகையான அளவைகள் உண்டு. தனிநபரை பொருத்து மதிப்பை நிர்ணயிக்கும்போது அதை தன்மைய அளவை என்கிறோம், அதே புறவயமான அளவைகளைக் கொண்டு பிறர் மைய வகையில் நிர்ணயிக்கும் போது பொதுநோக்குடையது என்கிறோம். விலங்கினங்கள் அனைத்தும் தன்மைய அளவையையே பயன்படுத்துகின்றன, ஆதிமனிதனும் அப்படித்தான். அவனுடைய அப்போதைய தேவைகள் மதிப்பை நிர்ணயித்தன. வளர்ச்சியடைந்த நாகரிக

மனிதனின் அடையாளம் என்பது அவன் பயன்படுத்தும் அளவையைப் பொருத்தது என்கிறார் குமரப்பா.

வணிகன் லாபத்தைப் பொருத்து எல்லாவற்றையும் மதிப்பிடு வான். தொழிலாளி அவனுடைய அடிப்படைத் தேவைகளைப் பூர்த்தி செய்வதைப் பொருத்து மதிப்பிடுவான். கலைஞனுக்கு அழகியல்தான் மதிப்பீடு. காலம் சிலவற்றை மதிப்புமிக்கதாக ஆக்குகிறது. புதைபொருள் ஆராய்ச்சியில் கிட்டிய முதுமக்கள் தாழிகளும், தொல்விலங்குகளின் எலும்பெச்சங்களும் மதிப்பு மிக்கதாக ஆகின்றன. தொன்மை எனும் ஒரே காரணத்தால் வரலாற்றின் ஒரு பகுதி எனும் காரணத்தால் அவற்றுக்கு மதிப்பு கூடுகிறது.

புகழ் சிலவற்றின் மதிப்பை நிர்ணயிக்கிறது. சச்சின் டெண்டுல்கரின் கையெழுத்துக்கு ஒரு மதிப்பு இருக்கிறது. பிரபல விளையாட்டு வீரர்கள் பயன்படுத்திய விளையாட்டு உப கரணங்கள் ஏலங்களில் அதிக விலை போகின்றன. புகழ் பொருட்களை அரியவை ஆக்குகின்றன ஆகவே அதன் மதிப்பு வேறாகிறது. துபாயின் உயர்ந்த கட்டடங்கள் அதற்காக செலவிடப்பட்ட தொகையின் காரணமாக மதிப்பு பெறுகின்றன. தாஜ் மகாலில் பயன்படுத்தபட்ட வெண்சலவைக் கற்களின் தரம் பொருத்து அதை மதிப்பிட இயலாது. அதன் நோக்கம், அதன் ஒட்டுமொத்த இருப்பு, அமைப்பு, அதன் சூழல் என எல்லாமும் இணைந்து அதை மதிப்பு மிக்கதாக ஆக்குகிறது. மறைந்த தந்தையின் கிழிந்த காலணிகள் கூட மகனுக்கு மதிப்பு மிக்கதாக இருக்கும். ஆகவே எல்லாவற்றையும் ஒன்று போல அளக்கும் அளவை என ஏதுமில்லை என்கிறார் குமரப்பா.

அனைவருக்கும் பொதுவான பணத்தின் மதிப்பும் கூட மனிதனுக்கு மனிதன் வெவ்வேறு வகையில் மாறுபடும். தினக்கூலிக்கும், குமாஸ்தாவிற்கும், தொழிலதிபருக்கும் கிடைக்கும் ஒரே நூறு ரூபாய் நோட்டின் மதிப்பு வெவ்வேறானது. குமரப்பா ஒரு உதாரணம் வழியாக சமூக இயக்கத்தைச் சுட்டுகிறார். ஒரு சிறுவனிடம் ஆறு ஜிலேபிகள் இருக்கிறது என்றால், முழு ஆர்வத்துடன் அவன் முதல் ஜிலேபியை உண்பான், அடுத்த ஜிலேபியையும் உண்பான், அதற்கடுத்த ஜிலேபிகளை உண்பதற்கு அவனுக்கு ஆர்வம் குறையத் தொடங்கும், இறுதியில் அது அவனுக்குத் திகட்டி, தாகம் எடுக்கத் தொடங்கும். அப்போது ஜிலேபிகள் உண்ணாத மற்றொருவனிடம் நீர் இருந்தால்

உபரியாக இருக்கும் ஒரு ஜிலேபியை அவனுக்குக் கொடுத்துவிட்டு அதற்கு மாற்றாக, ஒரு குவளை நீர் வாங்கிக் கொள்வான். முதலாமவனுக்கு ஜிலேபி அளிக்காத திருப்தியை நீர் அளிக்கும். இரண்டாமவனுக்கும் ஜிலேபி மகிழ்ச்சியையும், திருப்தியையும் அளிக்கும். ஒருவரின் மகிழ்ச்சியும், வெற்றியும் இன்னொருவரின் தோல்வியிலும், வீழ்ச்சியிலும் இல்லை. பணக்காரரிடம் பொருள் சேரச் சேர, அதன் மதிப்பு அவருக்கு இயல்பாக குறையத் தொடங்குகிறது.

பொதுநோக்கு கொண்ட மதிப்பீடு முறை என்பது அறத்தால் நிர்வகிக்கப்படுவது. அறமற்ற முறையில் கைப்பற்றபட்ட பொருளின் மதிப்பு மக்களின் மத்தியில் வீழ்ச்சி அடையும். திருட்டு நகையை வாங்க எவர் முன்வருவார்? சமூகம் ஒட்டு மொத்தமாக சிலவற்றை மதிக்கிறது. உதாரணமாக மருத்துவருக்கு இருக்கும் சமூக மதிப்பு.

கிரேக்கம், ரோமானிய நாகரிகம் வீழ்ந்ததற்கு மிக முக்கியமான காரணம் அவர்கள் பயன்படுத்திய அளவைகள் என்கிறார் குமரப்பா. தற்காலிகமானவற்றுக்கு அதிக முக்கியத்துவம் அளித்ததே காரணம் என்கிறார். நேர்மாறாக சீனா, இந்தியா போன்றவை நிலையானவற்றுக்கு அதிக முக்கியத்துவம் அளித்து வருவதால், இன்று வரையும் அறுபடா மரபு உயிர்ப்புடன் இருப்பதாக குமரப்பா குறிப்பிடுகிறார். வாழ்க்கைத் தரம் உயர்கிறது என்கிறோம். அதற்கு மக்களின் வாங்கும் திறனை அளவையாக கொள்கிறோம், ஆண்டு தேசிய வருமானம் போன்ற அளவைகள் கொண்டு வளர்ச்சியைத் தீர்மானிப்பது சரியல்ல என்கிறார் குமரப்பா. பழங்காலத்து சீன பீங்கானைப் பார்க்கும் ஒரு நிபுணர் அதை நகலெடுக்க முடியும், எத்தனை மோன லிசா ஓவியங்கள் பிரதியெடுக்கப் பட்டுள்ளன? மாபெரும் பூங்காவைக் காணும் வணிகன் அதை அழித்து எள் விளைவிக்க முயல்வான். தாஜ் மகாலைக் காணும் மேஸ்திரி, ஒரு சமாதிக்கு எதற்கு இத்தனை சலவைக் கற்கள் என்று கருதக்கூடும்? உபரிகளைக் கொண்டு வீடமைக்க பயன்படுத்தலாம் எனச் சொல்வான்.

கிராமக் குடிசைத் தொழில்கள் தொழிற்சாலைகளுடன் போட்டியிட முடியுமா? தொழில்மயமாதல் யுகத்தில் அவற்றின் பங்களிப்பு என்னவாக இருக்க முடியும் எனும் கேள்விக்கு விடையாக குமரப்பா முன்வைக்கும் பார்வை முக்கியமானது. அது வெறும் தொழில் அல்ல, ஒரு முழுமையான வாழ்க்கை

முறையும் பொருளியலும் கூட. தொழில்மயம் ஒருவகையான பொருளியல் என்றால் இது வேறுவகையான பொருளியல் என்கிறார். மேலும் பொருளியல் கோட்பாடுகளுக்கும், நடைமுறை வாழ்விற்கும் இடையிலான வேறுபாடுகளை உதாரணங்கள் வழியாக சுட்டிக் காட்டுகிறார். மதிப்பு பல்வேறு காரணிகளால் தீர்மானிக்கப்படுகிறது. ஒற்றைப்படை பொருளியல் கொள்கைகளால் அவற்றை புரிந்து கொள்ள இயலாது என்கிறார். எவ்வகையான பொருளியல் மதிப்பீடுகள் சாசுவதத்திற்கு நெருக்கமாக உள்ளதோ அவையே வன்முறையற்றதாக இருக்கும். நீண்ட கால அளவில் பலனளிக்கும்.

கேரளாவில் தான் சந்தித்த பாய் முடைபவர் பற்றி எழுது கிறார். தன்னுடைய தொழில் சீரழிந்தது ஏன் என்று கேட்டபடி இருந்தார். அவர்கள் வீட்டில் இவர்களை அமரச் செய்யும்போது. ஜப்பானிய பாய் ஒன்றை ஆசனமாக குமரப்பாவிற்கும் (ஏனெனில் அவர் சிறப்பு விருந்தினர்) அவருடன் வந்த இருவருக்கு அவரே கையால் செய்த பாயை ஆசனமாகவும் அளித்தார். குமரப்பா அவருடைய கேள்விக்கு விடையைக் கண்டடைந்தார். அன்னிய பாயை தன்னுடைய பாயை காட்டிலும் மதிப்பு மிகுந்ததாக அவர் கருதுவதைச் சுட்டிக் காட்டி, தன் பொருளின் மீது தனக்கே மதிப்பில்லை எனில் சந்தையில் அதற்கு என்ன மதிப்பிருக்கும்? அன்னிய தேசத்து பொருட்களின் மீதான மோகம்தான் காரணம் என்று விளக்கிச் சொன்னார்.

இவை இந்நூலின் முதல் சில அத்தியாயங்கள் மீதான பார்வைகள் மட்டுமே. மொத்த நூலையும் குமரப்பாவின் சிந்தனைகளையும் தனிநூலாகவே விரித்தெடுக்க இயலும். குமரப்பாவின் மொழியும், அவர் பயன்படுத்தும் உருவகங்களும் அடிப்படையில் அவரை கவிஞராகவே எனக்குக் காட்டியது. தமிழகத்தில் குமரப்பாவின் சிந்தனைகள் இப்போது பரவலாக விவாதிக்கப்படுகின்றன. குமரப்பா முன்வைக்கும் தீர்வுகளை நோக்கி பயணிக்க நாம் வெகு தூரம் செல்ல வேண்டும். அது சாத்தியமா என்று கூடத் தெரியவில்லை. ஆனால் அதன் முதல் படிநிலை என்பது அவர் எழுப்பும் கேள்விகளுக்கு செவியளிப்பது தான். ❑

6
நமக்குத் தெரியாத பேக்கர்

எலிசபெத் பேக்கர் எழுதியிருக்கும் 'பேக்கரின் மறுபக்கம்' எனும் நினைவு குறிப்பு பேக்கரின் சுவாரசியமான வாழ்க்கைக்கு நல்ல சாட்சியமாகும். கோட்டயத்தில் ஒரு நடுத்தர குடும்பத்தில் பிறந்து வளர்ந்து, வேலூர் கிறித்தவ மிஷன் கல்லூரியில் டாக்டர். இடா ஸ்கட்லரின் கீழ் மருத்துவம் பயின்றவர் எலிசபெத். டாக்டர். இடாவின் ஆளுமையால் உந்தப்பட்டு கிராமப்புறங்களில் மருத்துவ சேவையில் ஈடுபட்டார். லாரி பேக்கரை மணப்பதற்கு முன் கரீம் நகரில் (ஆந்திரம்) மிஷன் மருத்துவமனையில் பணியாற்றியுள்ளார். திருமணத்திற்குப் பின்னரும் கூட இமாலய மலையடிவாரத்தில் இருந்த ஒரு கிராமத்தில் மருத்துவச் சேவையை தொடர்ந்தார், பின்னர் கேரளாவின் மேற்குத் தொடர்ச்சி மலை கிராமங்களிலும் தொடர்ந்தது அவருடைய மருத்துவச் சேவை.

பேக்கர் அவர் உருவாக்கிய கட்டடங்களுக்காக என்றும் நினைவுகூரப்படுபவர். பெருந்திரள் மக்களை மனதில் கொண்டு அவர்களின் தேவையைப் பூர்த்தி செய்யும் நோக்கில், சூழலியல் பிரக்ஞையுடன், மகத்தான லட்சியத்தை மனதில் சுமந்து, நம் மண்ணுக்கு உகந்த தனித்துவமான கட்டடக்கலை பாணியை உருவாக்கியது இந்திய மக்களுக்கு அவருடைய மகத்தான பங்களிப்பு. இந்நூல் கட்டடக்கலை 'நிபுணர்' பேக்கரின் நிபுணத்துவத்தை, கட்டடக்கலை நுட்பங்களைப் பற்றி அதிகம் தொட்டு காட்டவில்லை (அதனால் தான் இது பேக்கரின் மறுபக்கம்!). மாறாக, அவருடைய நிறை வாழ்வை அண்மையில்

ஆயிரம் காந்திகள் | 65

நின்று அவதானித்த அன்பு ததும்பும் கண்கள் விட்டு செல்லும் எளிய சித்திரமே இந்நூல். இதனூடாக நினைவுகளைப் பதியும் எலிசபெத்தின் சித்திரமும் உயிர் பெருகிறது.

நூலின் பெரும்பகுதி பேக்கர் தம்பதியினரின் மருத்துவ வாழ்வைப் பற்றிய விவரணைகளால் நிரம்பியிருக்கிறது. இதிலுள்ள அனேக குறிப்புகள் ஒரு மருத்துவனாக எனக்கு நெருக்கமானவையும் கூட. வேறுவகையில் க்வாக்கர் இயக்கம், மற்றும் இந்தியாவில் இயங்கிய மிஷனரிகள் பற்றிய புரிதலுக்காகவும் இந்நூலை வாசிக்கலாம் (இந்தியாவில் மிஷனரிகள் அக்காலத்தில் எத்தகைய வாழ்க்கை வாழ்ந்தார்கள் என்பதைப் பற்றி எலிசபெத் கூறுவது நம் கவனத்திற்குரியது – 'சுதந்திரத்திற்கு முன்பான இந்தியாவில் மிஷனரிகளின் வாழ்க்கைத்தரம் என்பது பிரித்தானிய ராஜ்ஜிய நிர்வாகத்தில் பங்கு பெற்ற ஆங்கிலேயர்களை காட்டிலும் ஒரேயொரு படி குறைவு').

மார்ச் 2, 1917 இங்கிலாந்தின் பிர்மிங்காமில் பிறந்தார் பேக்கர். அவருடைய தந்தை சார்லஸ் ஃபிரெடெரிக் பேக்கர், தாய் மில்லி இருவருமே மெதடிஸ்ட் சர்ச்சில் முனைப்புடன் ஆர்வம் காட்டி வந்தனர். பேக்கருக்கும் கிறித்துவின் போதனைகளின் மீது பெரும் நம்பிக்கை உண்டு. இறுதிவரை கிறித்துவின் அன்பையும், கருணையையும் தனது விழுமியங்களாகப் பின்பற்ற முயன்றவர்.

பேக்கர் மெட்ரிகுலேஷன் தேர்வில் சுமாரான மதிப் பெண்களுடன் தேர்ச்சியடைந்து கட்டடவியல் பயிலச் சேரும் கதை சுவாரசியமானது. மதிப்பெண்களைக் காட்டிலும் பேக்கரின் ஓவியத்திறமைக்குக் கிடைத்த அங்கீகாரமாகதான் பிர்மிங்காம் கல்லூரியில் அவருக்கு இடம் கிடைத்தது. அதன் பின்னர் தன்னை க்வாக்கர் அமைப்பில் இணைத்துக் கொண்ட பேக்கர் முறையாக செவிலியர் பயிற்சி பெற்றார்.

இரண்டாம் உலகப்போரின்போது இளம் பேக்கர் க்வாக்கர் அமைப்பின் ஃப்ரெண்ட்ஸ் ஆம்புலன்ஸ் யூனிட்டின் தற்காலிக மருத்துவ முகாம்களிலும், மருத்துவமனைகளிலும் பணியாற்றத் தொடங்குகிறார். அவருடைய பெற்றோர்களுக்கு அங்கிருந்து எழுதும் கடிதங்கள் போரின் உக்கிரத்தையும், நோய்மையின் துயரத்தையும் பதிவு செய்வதைத் தாண்டி வாழ்வின் அன்றாடத்தில் நிரம்பியுள்ள அபத்த நகைச்சுவைகளால் மிளிர்கிறது. மிகக் கடினமான சூழல்களை விவரிக்கும்போதும் கூட உற்சாகம் மிகுந்த ஒரு புன்முறுவலை அவரால் அளிக்க முடிகிறது.

உதாரணமாக, அவர் சீனாவிலிருந்து எழுதும் கடிதத்தில் சுட்டும் நிகழ்வை சொல்லலாம். பேக்கர் கவனித்து வரும் இல்லத்தில் தங்கியிருக்கும் தொழுநோயாளி ஒருவரின் மனைவி அடிக்கடி அவரைக் காண அங்கு வருவதுண்டு. அப்பொழுது பேக்கரையும் சந்தித்து சகஜமாக உரையாடிச் செல்வது வழக்கம். அவருக்கும் ஏதாவது ஒன்றைக் கொண்டுவந்து கொடுப்பார். நீண்ட நாட்களாக வராத அப்பெண்மணி மீண்டும் ஒருநாள் வருகிறார். தங்கள் இல்லத்தில் அவர் ஒரு முறையாவது விருந்துண்ண வேண்டும் எனக் கோருகிறாள். சிறிய தயக்கத்திற்குப் பின்னர், அவரும் ஒப்புக்கொண்டு விருந்தில் பங்கேற்று திரும்புகிறார். அப்பொழுதுதான் அவருக்குத் தெரிகிறது, அவர் விருந்திற்குச் சென்ற இல்லம் அப்பெண்ணின் இரண்டாவது கணவருடையது என்பதும், அவள் கொடுத்தது அவர்களுடைய திருமண விருந்து என்பதும்! அவளுடைய முதற்கணவனான அந்தத் தொழுநோயாளி எங்களைப் பற்றி என்ன எண்ணி யிருப்பான், எனும் கவலையோடு முடிகிறது அக்கடிதம்.

தொடக்கத்தில் இங்கிலாந்தின் வெவ்வேறு பகுதிகளில் பணிக்குச் செல்கிறார், பின்னர் சீனாவிற்குச் செல்கிறார். அன்னிய மொழி, அன்னிய பண்பாடு, புதிய நிலப்பரப்பு, புதிய உணவு என எல்லா மாற்றங்களையும் உற்சாகத்துடன் எதிர் கொள்கிறார். எங்குமே சுணங்கவில்லை, புலம்பவில்லை, அத்தனை தொலைவிலிருந்து தன் அன்னைக்குச் செய்தி அனுப்புகையில் அவர்களை பதட்டப்பட வைக்க வேண்டாம் எனக் கருதியிருக்கவும் வாய்ப்புண்டு. ஆனால் பேக்கரின் மிக முக்கியமான இயல்புகளில் ஒன்று அவர் மாற்றத்தை ஏற்றுக்கொண்டு புதிய சூழலுக்கு ஏற்ப, தன்னை தகவமைத்துக் கொள்வது என்றே எண்ணுகிறேன். அப்படி இல்லையென்றால் ஒருவார கால தேனிலவு சென்றவர்கள் அங்கு மருத்துவமனையைத் தொடங்கி பல ஆண்டுகள் சேவையாற்றியிருக்க முடியாது.

பேக்கர் அவர் பெற்றோருக்கு இங்கிலாந்திலிருந்தும், சீனா விலிருந்தும் எழுதும் கடிதங்கள் முக்கியமான ஆவணங்கள். அதேவேளையில் அபார இலக்கியத்தன்மை கொண்டவையும்கூட. அக்கடிதங்களில் எப்போதும் ஒரு மெல்லிய பகடி இழையோடிக் கொண்டிருக்கிறது. சீனாவில் அவர் வளர்த்த நாய் போட்ட குட்டிகளுக்கு 'இருமல் (cough)" என்றும் 'சளி (split)' என்றும் பெயரிடுகிறார். இங்கிலாந்திலிருந்து எழுதும் கடிதங்களில் செவிலிகளைப் பற்றிய ஒரு எள்ளல் இருந்துகொண்டே

தானிருக்கிறது. 'ஒருவாரம் எல்லா செவிலிகளுக்கும் மருத்துவ சேவை செய்தால்தான் அவர்களுக்கு இதெல்லாம் எப்படி இருக்கும் என்று தெரியும்' என்று எழுதுகிறார். வாழ்நாளெல்லாம் பிறரின் உபாதைகளைக் கவனித்து வரும் செவிலிகள் எப்போதும் சர்வாதிகாரிகளாகவே இருக்கிறார்கள், தன்னால் போர் வீரர்களை வேண்டுமானால் அகிம்சைக்கு மாற்ற முடியும் என்று எழுதுகிறார்.

நேர்மையாக, அவர் தனக்குள் இருக்கும் முரண்பாடுகளையும் பதிவு செய்கிறார். 'எனக்கு இங்கிருக்கும் சிக்கல் என்னவென்றால், எனக்குப் பிடித்திருக்கிறதோ பிடிக்கவில்லையோ, எல்லாவற்றிற்கும் நான் முன்மாதிரியாக இருந்தாக வேண்டும். வேறு எவரும் செய்யத் துணியாத பணிகளை நான் ஏற்றுச் செய்வதில் எனக்கு மகிழ்ச்சி என்பது போல் நடந்துகொள்ள வேண்டும்' – மனிதர்களுக்கு எதிலெல்லாம் சிக்கல் வருகிறது!

வாழ்க்கையின் நிகழ்வுத் துண்டுகள் சிலவற்றிற்கு தானாகவே ஒரு புனைவுத் தன்மை கூடி விடுகிறது. பேக்கரின் வாழ்விலும் அப்படிச் சில தருணங்கள் உண்டு. 1945இல் இங்கிலாந்து செல்லும்வரை அவருடைய கடிதங்களில் தவறாமல் வின்னியைப் பற்றி எழுதுகிறார். வின்னியும் அவரும் திருமணம் செய்து கொள்வதாக ஒரு திட்டம் இருந்தது கடிதங்களின் ஊடாகத் தென்படுகிறது. ஆனால் பேக்கர் ஊர் திரும்புவதில் ஏற்படும் காலதாமதம் வின்னியின் மனதை மாற்றக் கூடும் என்பதையும் உணர்ந்திருக்கிறார். வின்னி தன்னுடைய நிலையறிந்து ஏற்றுக்கொண்டால் திருமணம் செய்துகொள்ளலாம் என்பதே அவருடைய முடிவாக இருந்திருக்கிறது. இங்கிலாந்து சென்று விட்டு உத்திர பிரதேசத்தில் தனது பணியைத் துவங்கும் பேக்கர் எலிசபெத்திடம் தனது காதலையும், திருமண விருப்பையும் தெரிவிக்கிறார். இது ஒரு புனைவுக்கான தருணம். வின்னி ஏன் நிராகரித்தாள்? அவள் காத்திருக்கவில்லையோ?

எனக்கு பேக்கரைத்தான் தெரியும், அவர் எழுதும் கடிதங்களின் வழியாக உருபெறும் வின்னியை மட்டுமே எனக்குத் தெரியும். பேக்கர் சீனா சென்று திரும்பியதிலிருந்து உடல்நலம் பாதிக்கப்பட்டிருக்கிறார். சீனாவில் ஜெர்மனியைச் சேர்ந்த இரு மிஷனரிப் பெண்கள் நடத்தி வந்த தொழுநோயாளிகளுக்கான இல்லத்தில் சில ஆண்டுகள் சேவையாற்றியிருக்கிறார். அவருக்கு அடிக்கடி காய்ச்சல் வரத் தொடங்குகிறது. பேக்கரின் தந்தையும்,

எலிசபெத்தின் சகோதரரும் இவர்களின் திருமணத்தை எதிர்த்தனர். இந்நிலையில் அவர் மீண்டும் இங்கிலாந்திற்கு சிகிச்சைக்காகச் செல்கிறார், அங்கு தொழுநோய் பீடித்திருப்பதை அறிந்து கொள்கிறார். விரிவாகத் தனக்கு நோய் கண்டறியப் பட்டதையும், சிகிச்சையில் இருப்பதையும் அங்கிருந்தபடியே எலிசபெத்திற்கு விளக்கி கடிதம் எழுதுகிறார். எதையும் வலியுறுத்தவும் இல்லை; அறிவுறுத்தவும் இல்லை. வெறும் தன்னிலை விளக்கம் மட்டும்தான், முடிவை எலிசபெத்திடம் விட்டுவிடுகிறார். அப்போதுதான் டாப்சொன் புழக்கத்திற்கு வந்த காலக்கட்டம். மருத்துவர் எலிசபெத் இது குறித்து எவரிடமும் விவாதிக்க இயலாத சூழல். தங்களுடைய காதல், திருமணம் குறித்து அவருக்கு எந்த ஒரு குழப்பமும் இல்லை என்பதை மட்டும் எலிசபெத் உணர்த்துகிறார். அதன் பின்னர் அவர்கள் அதைப்பற்றி எதுவும் பேசிக் கொள்ளவில்லை. சிலகாலம் கழிந்த பின்னர் இனிதே திருமணம் நடந்து முடிகிறது.

ஒட்டுமொத்தமாகவே எனக்கு இது ஒரு அற்புதமான, முதிர்ச்சியான காதல் கதையாகப் பட்டது. ஏற்கனவே வின்னி யால் நிராகரிக்கப்பட்ட பேக்கர் தான் மீண்டும் நிராகரிக்கப்பட்டு விடக் கூடாது என அந்தக் கடிதம் எழுதி அதற்குப் பதில் வரும் வரை ஒவ்வொரு கணமும் எண்ணி எப்படி தவித்திருப்பார்? ஏற்கனவே வீட்டில் எதிர்ப்பு வலுத்து நிற்கும் வேளையில் எலிசபெத் இந்தத் தேர்வை செய்வதற்கு எப்படித் துணிந்திருப்பார்? ஒரு மென்மையான மனப் போராட்டம், ஒரு ஊசல் அழகாகப் பதிவாகியுள்ளது. பரஸ்பர நம்பிக்கையின் வெளிப்பாட்டில் மலர்ந்த உறவு அவர்களை இன்னும் நெருக்கமாக்கியிருக்கும்.

பேக்கர் தன் வாழ்வின் பெரும்பகுதி கட்டடவியல் நிபுணர் என்பதைக் காட்டிலும் தேர்ந்த மருத்துவ உதவியாளராகத் திகழ்ந்திருக்கிறார். அறுவைச் சிகிச்சையில் உதவி புரிவது, பிள்ளைப் பேற்றுக்கு உதவுவது, தொழுநோயாளிகளைக் கவனிப்பது என்றே கழிந்திருக்கிறது. இது எந்த எல்லைக்குச் சென்றது என்றால் எலிசபெத்தை திருமணம் செய்துகொண்ட பின்னர் இமாலயத்தின் சந்தாக் கிராமத்தில் மருத்துவமனையை நிர்மாணித்தபோது, ஒரு கட்டடவியல் நிபுணருக்கு மருத்துவ மனையில் என்ன வேலை எனும் கேள்வியை எவரோ எழுப்பி னார்களாம். அப்பொழுது பேக்கர், 'அவள் இந்த மருத்துவ மனையின் மருத்துவர். நான் மீதி பணிகள் அனைத்தையும் செய்யும் பணியாளன்' என்றாராம்.

தொழுநோயாளிகளுடன் இணைந்து விவசாயம் செய்வது, இடுப்பெலும்பு முறிந்து குணமானவர்களுடன் உற்சாகமாக மலை ஏறுவது, ஒவ்வொருவரின் மரணத்தையும் இழப்பாகக் கருதும் அதேவேளையில் இயல்பாகவும் கருதுவது என மனிதர்களின் மீது பெரும் வாஞ்சையுடன், நம்பிக்கையுடன், நேர்மறை நோக்குடன் வாழ்ந்து மறைந்தவர். மிகக் குறைந்த பொருட்செலவில் கட்டடங்களை உருவாக்கத் திட்டமிட்டபோதுகூடக் கட்டடங்கள் கட்டி முடிக்கப்பட்ட பின்னர் சிலர் பணம் கொடுக்க மறுத்து அவரை ஏமாற்றியதுண்டு. அப்போதும் அது குறித்து அவர் பெரிதாக அலட்டிக் கொண்டதில்லை. பேக்கர் மனிதர்களை அதிகமாக நம்பினார் என்பதை எலிசபெத் வருத்தத்துடன் பதிவு செய்கிறார்.

'ஒரு கட்டத்திற்கு மேல் நோய் சென்றுவிட்டால், அவர்களுக்கு சீக்கிரம் மரணம் வர வேண்டும் என வேண்டுவது ஒன்றும் குரூரமானதோ, கொடுமையானதோ அல்ல. அவர்களுக்கும் இது தெரியும், மோசமான நிலையில் உள்ள ஒவ்வொரு நோயாளிக்கும் நாளை நமக்கும் இதே நிலை வரக்கூடும் என்பது தெரியும். ஆகவே எவரும் அதற்காகப் பெரிதாகக் கவலைப்படுவதில்லை, மிகவும் தத்துவார்த்தமாகவே அவற்றை அணுகுகிறார்கள்.' என்று எழுதுகிறார்.

மற்றொரு தருணத்தில் தான் காண நேர்ந்த பிண அறுப்பைப் பற்றி எழுதும்போது. 'நேற்று மறைந்த எனது பழைய நோயாளி ஒருவரின் போஸ்ட் மார்ட்டத்தைக் காண நேர்ந்தது மிகவும் சுவாரசியமான அனுபவம். நாங்கள் அறிந்திராத எத்தனையோ நோய்கள் அவனிடம் உள்ளது என்பதை அப்போதுதான் அறிந்து கொண்டோம். அவரவர் போஸ்ட் மார்ட்டத்தை அவரவரே காணும் வாய்ப்புக் கிடைத்தால் நன்றாகத்தான் இருக்கும்.' மரணத்தை அன்றாடம் எதிர்கொள்கிற தொழிலில் ஈடுபடுபவர்களுக்கு முதல் சில நிகழ்வுகள் பெரும் அதிர்ச்சியை அளிக்கும், நாளடைவில் அவை வெறும் நிகழ்வுகளாக, சம்பவங்களாக மாறிவிடும். வாழ்க்கையின் பெரும் சுழற்சியைப் புரிந்து அங்கீகரித்துத் தெளியும் அதே வேளையில் உயிர் மீதான தனது நுண்ணுணர்வை தக்க வைத்துகொள்ளுதல் பெரும் சவால். பேக்கர் சமன் குலையாமல் அந்தப் பாதையில் பயணித்திருக்கிறார் என்றே சொல்ல வேண்டும்.

1945ஆம் ஆண்டில் பம்பாயில் காந்தியைச் சந்திக்கிறார் பேக்கர். பிரித்தானியா சென்று கட்டடவியல் நிபுணராகத்

தொடர்வதா அல்லது சீனாவிற்குத் திரும்பி தொழுநோய் சேவையைத் தொடர்வதா எனும் குழப்பம் அப்போது அவருக் கிருந்தது. காந்தியுடனான சந்திப்பு அவரை இந்தியாவிற்கு அழைத்து வந்தது. இங்கிலாந்து சென்று சில மாதங்களிலேயே இங்கிலாந்தின் தொழுநோய் மிஷனரியின் கட்டடக்கலை நிபுணராக உத்திர பிரதேசத்திற்கு திரும்புகிறார். அங்கு எலிச பெத்தின் சகோதரர் டாக்டர் சண்டியுடன் அறிமுகமாகி நெருக்கமாகிறார். அவருக்கு சிகிச்சையளித்து மருத்துவமனையை நிர்வாகம் செய்வதற்காக கரீம் நகரில் பணியாற்றிக் கொண்டிருந்த அவரது சகோதரி டாக்டர்.எலிசபெத் வருகிறார். அதன் பின்னர் காதல் மலர்ந்து, எதிர்ப்பு பிறந்து, பின்னர் ரகசிய சந்திப்புகள் தொடர்ந்து, சென்னை பல்லாவரத்தில் 1948இல் திருமணம் நடைபெற்றது.

அதன் பின்னர் இமாலயத்திற்கு சுற்றுலா சென்றபோது ஆசனவாய் திறக்காமல் பிறந்த குழந்தைக்கு அறுவை சிகிச்சை செய்ய நேர்கிறது. அதையொட்டி சுற்றுவட்டார மக்களிடம் பிரபலமடைந்து அங்கிருக்கும் தேநீர்க் கடையின் பகுதியில் சிறிய மருத்துவமனையைத் தொடங்குகிறார்கள். பின்னர் அடுத்த கிராமத்து பெரியதனக்காரரின் உதவியுடனும், க்வாக்கர் அமைப்பினர் பேக்கருக்காக திரட்டித் தந்த நிதியின் உதவியுடனும், அங்கு கிடைக்கும் கட்டுமான பொருட்களைக் கொண்டு எளிய மருத்துவமனையையும், வசிப்பிடத்தையும் உருவாக்குகிறார்கள். பெரும் புகழடைய துவங்கிய பின்னர், மேற்கு நேபாளத்திலிருந்துகூட வைத்தியத்திற்கு ஆட்கள் வரத்தொடங்கினர்.

எலிசபெத் நேபாள பயணம், போட்டியா பழங்குடியினருட னான தங்கள் உறவு என அவர்களது இமாலய வாழ்க்கையைப் பற்றி அழகாக விவரித்துச் செல்கிறார். சரியான சாலை வசதிகள் இல்லாத பாதைகளில் பல நாட்கள் அவர்கள் இமாலயத்தின் வெவ்வேறு பகுதிகளுக்கு நடந்தே சென்று கடந்திருக்கிறார்கள். இந்தியா – சீனா எல்லைத்தகராறு வந்தபோது இவர்கள் வசித்த பித்ரோகார் மாவட்டமாக, மாவட்டத் தலைநகரமாக உரு மாறியது. எளிய மலைவாழ் மக்கள் பிழைக்க வழிதேடி சமவெளிக்குச் சென்றார்கள். சமவெளியிலிருந்து பலவிதமான மனிதர்களும் வணிக நோக்குடன் அப்பகுதிகளை ஆக்கிரமிக்கத் தொடங்கினார்கள். அதன் பின்னர் அவர்கள் அங்கிருந்து கேரளத்திற்கு இடம் பெயர்கிறார்கள்.

வண்டிப்பெரியார் பகுதியில் சுவாரசியமான கிறித்தவ சாமியார்களை சந்திக்கிறார் பேக்கர். சுவாமி அபிஷிக்தானந்தா என்று தன்னை அழைத்துக்கொண்ட ஒரு பெல்ஜிய கிறித்தவ துறவி வழமையான கிறித்தவத் தளமாக இல்லாமல் இந்து மடலாய அமைப்பை ஒத்த ஒரு மடத்தை நிறுவி நடத்தி வந்தார். அந்த ஆசிரமத்தை குரிசுமலா ஆசிரமம் என்று அழைத்தனர். அவரின் வேண்டுகோளுக்கு இணங்க அப்பகுதியின் மருத்துவத் தேவையைக் கணக்கில் கொண்டு அங்கு மருத்துவச் சேவை புரிய அவர்கள் முன்வந்தார்கள். தேயிலைத் தொழிலாளர்களுக்கும், கூலிகளுக்கும் பயனளிக்கும் வண்ணம் அங்கு ஒரு மருத்துவ மனையை உருவாக்கினார் பேக்கர்.

கேரளத்தின் தட்ப வெப்பமும் சூழலும் இமையத்திலிருந்து வேறானது. கட்டுமானப் பொருட்களும் வேறு. இயன்றவரை காந்தியக் கொள்கைப்படி கட்டடங்களை எழுப்பினார் பேக்கர். கொஞ்ச காலத்திற்குப் பின்னர், அவர்களது மகன் திலக்கின் கல்விக்காக திருவனந்தபுரத்திற்கு வருகிறார்கள். அதன் பின்னர் அங்கேயே தங்கி விடுகிறார்கள். திருவனந்தபுரம் வந்த பின்னர் தான் பேக்கர் முழுநேரக் கட்டடவியல் நிபுணராக பணியாற்றத் தொடங்கினார்.

பேக்கர் தனக்கென்று அலுவலகம், செயலர், வேலையாட்கள் என எவரையும் அமர்த்திக்கொள்ளவில்லை. எண்பதுகளின் மத்தியில் 2500 ரூபாய்க்கு ஏழைகளுக்கு வீடுகள் கட்ட முடியும் எனக் காட்டினார். அப்போது கேரளத்து முதல்வராக இருந்த அச்சுத மேனன் இவருடைய முறைகளின்பால் ஈர்க்கப்பட்டு ஏழை எளிய மக்களுக்காக வீடுகட்டித்தர பேக்கரின் உதவியை நாடினார். அப்போது வேறு சில கட்டடவியல் நிபுணர்களின் எதிர்ப்பையும் சம்பாதிக்க நேர்ந்தது. ஒரு அம்பாசடர் கார் வாங்கியபோது பேக்கர் அதில் பயணம் செய்ய மறுத்தார். அது மிகப்பெரிய சொகுசு என நிராகரித்தார், ஆனால் வயது மூப் படைய, மூப்படைய... அது அவருக்கு மிகப்பெரியத் துணையாக இருந்தது. மேலும் அவருடைய நிரந்தர சொத்து மற்றொன்றும் உண்டு, அது எலிசபெத் அவருக்காக உருவமைத்த தோள் பை. அந்த பையில் துண்டுக் காகிதங்கள், குறிப்புகள், பேனா, அளப்பான் போன்றவைகள் எப்போதும் இருக்கும். அவருடைய மொத்த அலுவலகமும் அந்தப் பைக்குள் அடங்கிவிடும். தொண்ணூறுகளின் தொடக்கத்தில் எலிசபெத் அவருடைய

மருத்துவப் பணியிலிருந்து தன்னை விடுவித்துக்கொண்டு பேக்கருக்குத் துணையாக உதவி புரிகிறார்.

பேக்கர் எந்த இந்திய மொழிகளையும் கற்கவில்லை என்பதில் எலிசபெத்திற்கு பெரும் குறை. மூன்று நான்கு முறையாவது அதைப்பற்றி எழுதியிருக்கிறார். பேக்கரின் மிக முக்கியமான பலவீனம் என்பது அவரால் புதிய மொழிகள் கற்க முடியாததே எனக் கருதுகிறார் எலிசபெத். 1957இல் தரை வழியாக இங்கிலாந்திலிருந்து இந்தியா வரும் வழியில் கிரேக்கத்திற்கு வருகிறார்கள். அங்கு அவர்கள் உண்ண வெண்ணெய் தேவைப்பட்டது. தெரிந்த அத்தனை மொழிகளிலும் முறைகளிலும் அதை கூற முயன்றார் பேக்கர். ஆனால் எவருக்கும் பிடிகிடைக்க வில்லை. உடனடியாக ஒரு தாளில் பசுவை வரைய தொடங்கினார். அவரைச் சுற்றி ஒரு கூட்டம் கூடியது. பின்னர் அதன் மடியை வரைந்தார், அதன் பின்னர் பால் கறக்கும் பெண்மணியை, பின்னர் அது கடையப்படுவதை, கடைசியாக அவர் கேட்ட வெண்ணை வந்ததும் சுற்றி இருந்த அனைவரும் உற்சாகமாகக் குரல் கொடுத்தார்கள்.

பேக்கரின் ஓவியத் திறமை அபாரமானது, கேலிச்சித்திரங்களும் வரைவார். வாட்டர் கலர் அவருக்குப் பிடிக்கும்.

இறுதியில் பேக்கர் அத்தனை ஆண்டுகாலம் இந்தியாவில் வாழ்ந்து பல இந்தியத் தன்மைகளைப் பெற்றிருந்தாலும் அவர் சில விஷயங்களில் ஆங்கிலேயராகவே இருந்தார் என்று எழுதுகிறார் எலிசபெத். கதவைத் திறந்துகொண்டு செல்லும்போது இந்தியர்களான நம்மைப்போல் அன்றி இப்போதும் அவர் 'நீங்கள் முதலில் செல்லுங்கள்' என்றும் 'நன்றி' என்றும் தவறாமல் கூறுவார். எங்கோ செல்வதற்கு அல்லது வாங்குவதற்கு வரிசையில் நிற்கும்போது எவரோ முண்டியடித்துக்கொண்டு முன்னே செல்ல முயன்றால் எரிச்சலடைவார். எத்தனை அவசரமாக இருந்தாலும் எப்போதும் குழந்தைகளைப் பற்றியும், பெண்களைப் பற்றியும் யோசித்தே முடிவெடுப்பார். காலையில் பெட் டீ அருந்த அவருக்கு பிடிக்கும், ஆனால் நம்மூர் சாகிபுகள் போல் அதற்கு பிறர் துணையை நாடமாட்டார். அவரே தினமும் சரியாகக் காலை ஆறுமணிக்கு எழுந்து தேநீர் போட்டு, தன்னையும் எழுப்புவார். அவரளவில் இது அவர் தவறாது கடைப்பிடித்து வரும் சடங்கு, என்று பதிவு செய்கிறார் எலிசபெத்.

ஒட்டுமொத்தமாக பேக்கர் எனும் பன்முக ஆளுமையின் பல பக்கங்களைப் பரிவுடன் காட்டிச் செல்கிறது இந்நூல்.

நூலின் தொடக்கத்தில் பேக்கரின் வாழ்க்கை சாராம்சம் பற்றி எழுதுகிறார் எலிசபெத். Man of Tao – எனும் சீனக் கவிதையை அவர் குறிப்பிடுகிறார். எந்நிலையிலும் சமநிலை தவறாத மனிதனான பேக்கரைக் கச்சிதமாக நம்முன் நிறுத்தும் வரிகள் அவை.

எவனில் தாவோ
தடையின்றி இயங்குகிறதோ
அவனது செயல்களால்
எவருக்கும் துயரில்லை.
எனினும் அவன் அறிய மாட்டான்,
தன் கருணையை, தன் மென்மையை.
எவனில் தாவோ
தடையின்றி இயங்குகிறதோ
அவன் தன் தேவைகளில்
அக்கறை கொள்வதில்லை.
எனினும் சுயநலக்காரர்களை
அவன் வெறுப்பதில்லை.
*
பணம் சேர்க்க அவன் போராடுவதில்லை,
ஏழ்மையை ஒரு அறமாய் போற்றுவதில்லை.
அவன் தன் வழியே செல்கிறான்,
யாரையும் சாராமல்.
எனினும் தனிப் பயணம் செல்வதில்
அவனுக்குப் பெருமைகள் இல்லை.
அவன் கூட்டத்தைத் தொடர்வதில்லை,
தொடர்பவரைக் குற்றமும் சொல்வதில்லை.
பதவிகளும் பரிசுகளும்
அவனை வசீகரிப்பதில்லை.
அவமதிப்பும் அவமானமும்
அவனுக்குத் தடைகளல்ல.
ஆமென்றும் இல்லையென்றும் தீர்மானிக்க
சரி, தவறுகளை அவன் எப்போதும்

தேடிக் கொண்டிருப்பதில்லை.
எனவேதான் முன்னோர் வாக்கு:
தாவோவில் வாழ்பவன்
அறியாமையில் இருப்பான்.
பூரண அறம்
சூனியத் தோற்றம்.
'அகம் இல்லை'
எனலே 'மெய் அகம்'.
மானுடரில் உயர்ந்தோன்
'ஊர் பேர் தெரியாதவன்'. ❏

சுவாங் சூ *xvii.93*
(மொழியாக்கம் – நன்றி: நட்பாஸ்)
The Otherside of Baker
Elisabeth Baker
Biography

7

கற்களுக்குள் ஒரு காந்தி

சிறுவனாக அடுமனையில் தன் கையிருப்பைக் கொண்டு ரொட்டிகள் வாங்கி உண்பது அவருடைய வழக்கம். ஒரு மாபெரும் ரகசியத்தை அவர் அப்படித்தான் கண்டடைந்தார். ரொட்டிகள் வாங்க அவர் வழக்கமாக செலவழிக்கும் அதே தொகைக்கு இருமடங்கு அதிகமாக, ருசியில் எவ்வகையிலும் குறைவில்லாத உடைந்த ரொட்டிகளை வாங்க இயலும்.! அந்த வாழ்க்கைப் பாடத்தை என்றுமே அவர் மறக்கவில்லை.

திருவனந்தபுரம் ரயில்வே நிலையத்தையோ அல்லது பேருந்து நிலையத்தையோ கடந்து செல்லும் எவரும் அந்த இந்தியன் காஃபி ஹவுஸ் கட்டடத்தின் மீது விழி பதிக்காமல் கடக்க முடியாது. நான் திருவனந்தபுரத்திற்குச் செல்லும்போதெல்லாம் பிரம்மாண்டமான கலோசியத்தின் ஒரு பகுதி போலிருக்கும் அந்தக் கட்டடத்தில் சென்று தேங்காய் எண்ணெயில் சுடப்பட்ட மைதா பூரியையும், தொட்டுக்கொள்ள பீட் ரூட் உருளைக் குருமாவையும் ஒரு ஜன்னலோரம் அமர்ந்து அவசரகதியில் இயங்கும் உணவகத்தில் கொஞ்சம் நிதானமாக வேடிக்கை பார்த்தபடி அமர்ந்து உண்பது வழக்கம். அது லாரி பேக்கர் கட்டிய கட்டடம் என்று அவரைப் பற்றி அண்மையில் வாசித்த போது தான் அறிந்துகொண்டேன்.

லாரி பேக்கர் எனும் வரலாற்று ஆளுமையை அறிந்து கொண்டதும், நான் உணவருந்திய எனக்குப் பிடித்தமான கட்டடம் அவர் கட்டியது என்று அறிந்து கொண்டதும் எனக்கு மகிழ்ச்சியையும், நிறைவையும் அளித்தது.

லாரி பேக்கர் மிக முக்கியமான அதைவிட சுவாரசியமான ஆளுமை. 1917இல் இங்கிலாந்தின் பிர்மிங்காமில் பிறந்த அவர் கட்டடக் கலை பயின்று இரண்டாம் உலகப்போரின் போது க்வாக்கர் அமைப்பில் தன்னை இணைத்து கொண்டு சீனாவில் காயம்பட்டவர்களுக்கு மருத்துவச் சேவை ஆற்றியுள்ளார். ஊர்திரும்ப முடியாமல் பலகாலம் பம்பாயில் சிக்கிக்கொள்ள நேர்ந்தபோது ஒரு க்வாக்கர் நண்பர் வழியாக அவர் காந்தியை சந்திக்கும் வாய்ப்பு ஏற்பட்டது. அந்தச் சந்திப்பு அவருடைய வாழ்க்கையையே மாற்றியது. 1945இல் காந்தியைச் சந்தித்தார் பேக்கர்.

"நீங்கள் மேற்கிலிருந்து அறிவையும், தகுதியையும் கொண்டு வருகிறீர்கள், ஆனால் எங்கள் தேவைகளை உங்களால் புரிந்து கொள்ள இயலாமல் அதனால் எந்தப் பயனும் இல்லை. உண்மை யில் பம்பாய் போன்ற பெருநகரங்களில் அல்ல, கிராமத்தில் அதிலும் எளிய மக்களுக்கு தான் நீங்கள் அதிகம் தேவைப்படுவீர்கள்" என்றார் காந்தி. ஏதோ ஒருவகையில் காந்தியின் மீது ஈர்ப்புகொண்டு மீண்டும் 1945இல் இந்தியாவிற்கே திரும்பினார் பேக்கர். காந்தியுடனான் முதல் சந்திப்புகள் மிக சுவாரசியமானவை. அப்படி முதல் சந்திப்பிலேயே எல்லாவற்றையும் மாற்றிக்கொண்டு மிகப்பெரிய ஆளுமைகளாக உயர்ந்தவர்கள் என குமரப்பா, எல்வின், பேக்கர் போல பலரைச் சுட்டிக் காட்டலாம்.

பழைய கட்டடங்களை மருத்துவமனைகளாக மாற்றும் பணி அவரிடம் அளிக்கப்பட்டது. மிகக் குறைந்த நிதியே அவருக்கு அதற்கு ஒதுக்கப்பட்டதால், மூங்கில், கீற்று, லேட்டரைட், என்று அவர் பிர்மிங்காமில் கற்ற கட்டடக் கலைக்குச் சம்பந்தமில்லாத எளிய செலவற்ற பொருட்களைக் கொண்டு கட்டடங்களை நிர்மாணிக்க வேண்டியிருந்தது. அங்கு பொறியாளருக்கும், கட்டடக்கலை நிபுணருக்கும் பெரிதாக வேலையில்லை என்று உணர்ந்தார். கட்டடக்கலையின் அடிப்படைக் கோட்பாடுகள் எல்லா இடங்களுக்கும் பொருந்தும் என்றாலும், அவர் கையாளவுள்ள புதிய பொருட்களின் இயல்பை அறிந்துகொள்ள வேண்டியது அவசியமானது. அவர் தொழுநோய் மருத்துவமனை ஒன்றை அப்படித்தான் நிர்மாணித்தார்.

1948இல் பேக்கர் மருத்துவ மாணவியான எலிசபெத்தை உத்தரபிரதேசத்தின் ஃபைசாபாதில் சந்தித்தார். எலிசபெத் வேலூர் கிறித்தவ மிஷன் கல்லூரியில் பயின்று வந்தவர்.

அவர்கள் திருமணம் சென்னை பல்லாவரத்தில்தான் நடந்தது. அதற்கு பின்னர் போட்டியா பழங்குடியினர் வாழும் உத்தர பிரதேசத்து இமாலய மலைகிராமமான பித்ரோகாருக்கு ஒருவார காலம் தேனிலவு சென்ற போது அங்கு நோய்வாய்ப்பட்ட ஒரு சிறு பெண்ணை எலிசபெத் சிகிச்சையின் மூலம் காப்பாற்றுகிறார். ஒருவார கால தேனிலவிற்குச் சென்ற தம்பதிகள் அங்கு ஒரு மருத்துவமனையை நிர்மாணித்து பதினாறு ஆண்டுகள் அங்கு வசிக்க வேண்டியதாயிற்று. அந்த மருத்துவமனையில் எலிசபெத் மருத்துவர் பேக்கர் உதவியாளர். பேக்கரை 'டாடி' என்றும் எலிசபெத்தை மம்மி என்றுமே எல்லோரும் அழைப்பார்கள். கொத்தனார்கள் வேலையாட்கள் கூட அப்படித்தான் அழைப் பார்கள். பேக்கர் அவரது மனைவியை 'கோனி' என்றே அழைப்பார். கோடை காலங்களில் அங்கிருந்து அவர்கள் திபெத் செல்வது வாடிக்கை. பேக்கர் அங்குதான் எளிமையான பொருட்களைக் கொண்டு உருவாக்கப்படும் இந்திய கட்டடவியல் பற்றி ஒரு புரிதலை எட்டினார். அமெரிக்க கல்வியாளர் வேல்தி ஃபிஷர் லக்னோவில் சக்ஷரத நிகேதன் எனும் கல்விக்கூடம் நிர்மாணிக்க விரும்பியபோது, பேக்கர் மட்டுமே அவர் கனவிற்கு உரு கொடுக்க இயலும் என சுட்டிக்காட்டப்பட்டது. லக்னோவின் முதல் மனநல மருத்துவமனையான நூர் மஞ்சிலை உருவாக்கியதும் அவரே.

1962 சீன போர் அவர்களுக்கு இடையூறை உருவாக்கியது. அதற்குப் பின்னர் கேரள மேற்குத் தொடர்ச்சி மலையில் வாகைமான் அருகில் அவர்களுடைய வசிப்பிடம் மாறியது. கேரளத்தில் அவருடைய ஐம்பதாவது வயதில்தான் முறையாகக் கட்டடக்கலை நிபுணராக தொழில் தொடங்குகிறார். 1950–70 வரையிலான காலக்கட்டங்களில் அவர் கட்டிய பல கட்டடங்கள் ஆவணப்படுத்தபடவில்லை. தமிழகத்தின் அழகியபாண்டிய புரத்தில் அவர் ஒரு தேவாலயம் கட்டினார். ஹோஷங்காபாத்தில் ஒரு அரசு சாரா அமைப்பிற்கு கட்டிகொடுத்த அலுவலகக் கட்டடம், அலகாபாத் பல்கலைக்கழகக் கட்டடங்கள், வேளாண்மை கல்லூரிக் கட்டடங்கள், லக்னோவின் மாநில அருங்காட்சியகம் போன்றவை அவர் கட்டியவைதான்.

எழுபதுகளில் பேக்கர் கேரளாவிற்கு வரும்போது வளைகுடா நாட்டில் பணிபுரிந்த மலையாளிகள் பெரும் தொகை செலவிட்டு பிரம்மாண்டமான கட்டடங்களை கட்டுவதுதான் வாடிக்கையாக

இருந்தது. ஏழைகளுக்கும், பணக்காரர்களுக்கும் ஒரே மாதிரியான வசிப்பிடம் கட்டிக்கொடுக்க முடியும் என்பதை பேக்கர் உணர்ந்தார். புதுப் போக்குகளை உருவாக்கினார். "இன்றைய இந்திய மக்களின் தேவைகளை நாம் கவனத்தில் கொள்ள வேண்டும், அந்தத் தேவைகளை ஈடுசெய்ய வேண்டுமெனில், பிரம்மாண்டமாகச் சிந்திப்பதை நிறுத்திவிட்டு 'சிறியதே அழகு' எனும் அடிப்படையை நோக்கி நகர வேண்டும்" என்று அவர் கருதினார்.

பேக்கர் பணி செய்யும் பாணி அலாதியானது. வீடு கட்டுவதற்கு அவசியமான பொருட்கள் வீடு கட்டப்படும் இடத்திலிருந்து ஐந்து மைல் சுற்றளவிற்குள் இருந்து பெறப்பட வேண்டும் என்பதே காந்தியின் எண்ணமாக இருந்தது. பேக்கர் இந்தக் கொள்கையை முழுவதுமாக இல்லையென்றாலும் முடிந்தவரை பின்பற்றினார் என்றே சொல்லவேண்டும். பிற கட்டடக்கலை நிபுணர் போல் இல்லாமல், அவர் எந்த முன்வரைவையும் வைத்துக்கொள்வதில்லை, கட்டடம் எழும்பும் இடத்திற்கே சென்று நேரடியாகப் பணியாற்றி, பயன்படுத்தப்பட்ட கடித உறைகள், திருமண அழைப்பிதழ்கள் போன்ற உபயோகமற்ற துண்டுக் காகிதங்களில் அப்போதைக்கு அப்போது வடிவமைத்து கட்டடத்திற்கு உயிர்கொடுப்பார். எதிரில் தச்சரோ, கொத்த னாரோ நின்று வரைபடம் உருவாவதை வசதியாகப் பார்ப்பதற்கு ஏதுவாக அவரால் தலைகீழாக வரைய முடியும். அவர் தனக்குக் கீழே பணிபுரிய சம்பளம் கொடுத்து எவரையும் அமர்த்திக் கொண்டதில்லை, ஏனெனில் அதற்கான செலவை நுகர் வோரிடமிருந்து பெற வேண்டியதிருக்கும், அது செலவை அதிகரிக்கும். அவருடைய திட்டத்தை செயல்படுத்த பொறி யாளரின் துணையை அவர் நாடியதில்லை, மாறாக நேரடியாக அவர் பயிற்றுவித்த கொத்தனார்களும், வேலையாட்களும்தான் பணியாற்றுவார்கள். அவரைப் பொறுத்தவரையில் கட்டடக் கலை நிபுணர் கட்டுமானத்தில் ஈடுபடுவதில் ஒன்றும் தவறில்லை. பிகாசோவை வெறும் முன்வரைவுகள் வரையச் சொல்லி, எப்படி வரைய வேண்டும் எனும் கட்டளைகளைர் பெற்றுக்கொண்டு, ஓவியம் படைக்கக் கூடாது என அறிவுறுத்த இயலுமா?" என்று கேட்டார். மேலும் அவர்கள் பேக்கர் கட்டடம் வேண்டும் என்பதாலேயே தன்னை நாடி வருகிறார்கள் என்பதால் தானே நின்று செய்துகொடுப்பதுதான் முறை என்று எண்ணினார். பிற நிபுணர்கள் போல் பேக்கர் தாள்களில் கோடுகள் வரைவதுடன்

நிறுத்திக் கொள்வதில்லை, தன்னளவில் அவர் சிறந்த தச்சனும், கொத்தனாரும் கூட.

அபரிமிதமான சூழலியல் பிரக்ஞை அவருக்கு உண்டு. அதிக ஆற்றலை உறிஞ்சும் முறுக்குக் கம்பிகளையும், சிமிண்டையும், கண்ணாடிகளையும் அவர் பெரும்பாலும் பயன்படுத்தாமல் தவிர்த்தார். பல வண்ண உடைந்த கண்ணாடி குப்பிகளைச் சுவர்களில் பதித்து விதவிதமான வர்ண ஒளிகளை பிரதிபலிக்கச் செய்வது அவருக்குப் பிடிக்கும். அவர் 'எலிப் பொறி' (rat trap model) பாணியில் கற்களைப் பயன்படுத்தியதால் 25% கற்கள் சேமிக்க முடிந்தது மட்டுமின்றி, சுவர் வெவ்வேறு பருவங்களுக்கும், தட்ப வெப்பங்களுக்கும் பொருந்துவதாக இருந்தது.

பேக்கருக்கு மறு சுழற்சியின் மீது பெரும் நம்பிக்கை உண்டு. மண்ணால் ஆன இந்திய வீடுகளை மீண்டும் கட்ட முடியும். உடைந்து போன கண்ணாடிச் சில்லுகளைத் தனது குளியலறையில் தரைக்குப் பயன்படுத்தினார். மேற்கூரையில் உடைந்த டைல்ஸ் களை பொருத்தியதன் மூலம் முப்பது சதவிகிதம் கான்க்ரீட் பயன்பாட்டை அவரால் குறைக்க முடிந்தது. அதுவே பேக்கர் பாணி வீடுகளின் அடையாளமாக மாறிவிட்டது. இரும்பிற்குப் பதிலாக மரக்கட்டைகளையும், மூங்கிலையும் பயன்படுத்தினார். அதன் மூலம் செலவு ஐந்தில் ஒரு பங்காகக் குறைந்தது. அத்துடன் நில்லாமல் செலவைக் குறைப்பது குறித்தும், வேறு சிலவற்றை குறித்தும் எளிய செயல்விளக்கப் புத்தகங்களைக் கைப்பட வரைந்த ஓவியங்களுடன் வெளிக் கொணர்ந்தார்.

"நாம் இந்தியாவில் வாழும் இந்தியர்களுக்கு நாம் இந்தியர் களாகச் சிந்தித்து வடிவமைக்க வேண்டும்" என்பார். "நவீன இந்திய கட்டடக்கலை என்று தனியாக ஒன்று உண்டா என்றால், இல்லை. சீனா, ஜெர்மனி, பெரு மற்றும் இந்திய நாட்டில் வடி வமைக்கப்பட்ட கட்டடங்களை ஒரு பாலைவனத்தில் வைத்தால் அவற்றுக்கு இடையே ஏதேனும் வேறுபாடுகள் உணர இயலுமா என்ன? இவைகளில் எது இந்தியாவிலிருந்து வந்தது? எது பெருவிலிருந்து வந்தது என பிரித்தறிய முடியுமா? ஆனால் இடு பொருட்கள் வேறானவை, வேறு மாதிரியான வானிலை கொண் டவை, வாழ்க்கை முறையும் வேறானவை"

"நான் பணிசெய்யத் தொடங்குவதற்கு முன், அவர்களுடைய கட்டடம் எழப்போகும் மனையைக் காண வேண்டும். அது எத்தகைய நிலம் என்பதை அறிய வேண்டும் என்பது மட்டுமல்ல

(மேட்டுப் பகுதி, சரிவு போன்றவை), அங்கு என்ன மரங்கள் இருக்கின்றன எனப் பார்க்க வேண்டும். மேலும் அவர்கள் நல்ல பார்வைக் கோணங்கள் வேண்டுகிறார்களா? தோட்டம் போடும் திட்டமுண்டா? பிராணிகள் வளர்ப்பதுண்டா? தண்ணீர் வசதி எப்படி? காற்றின் திசை மற்றும் மழையின் திசை எது? எனப் பலவற்றையும் அறிந்து கொள்ள வேண்டும். எல்லாவற்றுக்கும் மேலாக அவர்கள்தான் இந்தக் கட்டடத்தைப் பயன்படுத்தப் போகிறார்கள், நான் அல்ல என்பதை நினைவில் கொள்ள வேண்டும்."

பேக்கர் தன் பங்கிற்கு பல எதிர்ப்புகளையும் சந்தித்தார். ஒரு கேரளப் பொறியியல் கல்லூரியில் உரையாற்ற சென்றபோது, அவர் அந்த கல்லூரிப் பேராசிரியர் வடிவமைத்த கட்டடத்தை விமர்சித்தார் எனும் காரணத்திற்காக அவரை அதற்குப் பின்னர் அழைக்கவே இல்லை. கேரள அரசு 1986இல் செலவு குறைந்த கட்டடங்களை எழுப்பத் திட்டமிட்டபோது பேக்கர் பாணி யிலான கட்டடங்களை நிராகரிக்கும் போக்கையே பெரும்பாலான கட்டடக்கலை நிபுணர்கள் முன்வைத்தனர். அதற்காகக் கூட்டப்பட்டக் கூட்டத்தில் பகிரங்கமாக ஒரு கட்டடக்கலை வல்லுநர் எழுந்து 'இந்தக் கட்டடங்கள் இன்னும் ஓராண்டு தாங்கினால் கூட அதிசயம்தான்' என்றார், ஆனால் பேக்கர் எழுபதுகளில் கட்டிய கட்டடங்கள் இன்றும் ஆரோக்கியமாக நின்றுகொண்டுதான் இருக்கின்றன. நுகர்வோர் நேரமாகிவிட்டது என அவரை நச்சரிக்கும் போது 'ஏன் எனக்கு மாறுபட்டுச் சிந்திக்கக் கொஞ்சம் கால அவகாசம் கொடுக்கக் கூடாது?' என வருந்துவார். ஒருமுறை ஒரு மேஸ்திரியைக் கடுமையாக கோபித்துக் கொண்டு பின்னர் அவரிடம் மன்னிப்புக் கோரி கடிதம் எழுதிய தருணம் கூட உண்டு. பொதுவாக கட்டடக்கலை நிபுணர் கட்டுமானத்தில் ஈடுபடும் போது அதிக எண்ணிக்கை யிலான கட்டடங்களைக் கட்ட முடியாது என்றொரு குற்றச்சாட்டு உண்டு. ஆனால் 85 வாக்கில் கேரளத்தில் மட்டும் அவர் சுமார் ஆயிரம் கட்டடங்கள் எழுப்பியிருந்தார். அலு வலகத்தில் அமர்ந்து நுணுக்கமாக வரைய வேண்டிய அவசியம் இல்லை என்பதால் நேரம் மிச்சமாகிறது, மேலும் களத்திற்குச் செல்வதால் நுகர்வோருக்கு தகுந்த மாற்றங்களை அப்பொழுதைக்கு அப்பொழுது பெரும் நஷ்டங்கள் ஏதுமின்றி செய்ய இயலும். கேரளம் தவிர, வெளி மாநிலங்களிலும் நிறைய கட்டடங்கள் எழுப்பியுள்ளார்.

மண்ணைக் கொண்டு பேக்கர் அதிகக் கட்டடங்கள் கட்ட வில்லை. மண்ணைக் கட்டியாக்கி அவர் கட்டியவற்றில் முக்கியமான கட்டடங்களில் திருநெல்வேலி காது கேளோதோர் – வாய் பேசாதோர் பள்ளியும் ஒன்று. "எல்லோரையும் மண் வீடு கட்டிக்கொள்ள வேண்டும் என நான் கோரவில்லை, எல்லோரும் வீடு கட்டிக்கொள்ள வேண்டும் என்பதையே நான் விரும்புகிறேன், அந்த இலக்கை மண்ணைக் கொண்டு மட்டுமே அடைய முடியும். கிராமங்களில் நாம் காணும் இல்லங்கள் குறைந்தது எழுபது, எண்பது வருடங்கள் பழமையானவை. மண் எளிதாகக் கிடைக்கக் கூடியது, அதிக ஆற்றல் தேவைபடாதது. இரும்பையும், கான்க்ரீடையும் கொண்டுதான் நாம் அத்தனை வீடுகளையும் கட்டப் போகிறோம் என்றால் அது நம்மால் முடியவே முடியாது. இருபது முப்பது மில்லியன் மக்களின் தேவைகளை பூர்த்தி செய்ய வேண்டும் என்றால் அது மண்ணால் மட்டுமே முடியும்."

கட்டடவியல் சார்ந்து அவர் கொண்டிருந்த புரிதல்கள் ஒரு மாபெரும் கலைஞனுக்கு உரியவை என்றுதான் சொல்ல வேண்டும். அவர் இசைக்கும் கட்டடவியலுக்கும் தொடர்புண்டு என கருதினார். மேற்கத்திய இசையில் அவருக்கு நல்ல தேர்ச்சியுண்டு. இந்திய கட்டடவியலை அவர் ரிச்சர்ட் பாக்கின் இசையுடன் ஒப்பிட்டார். "நாள் முழுவதும் தொடர்ந்து மாற்றங்கள் ஏற்பட்ட வண்ணம் இருக்கின்றன. நிழல்கள் மாறுகின்றன, நிறங்கள் மாறுகின்றன, அடர்த்தி மாறுகின்றது. பாக்கின் இசை ஒரு அடிப்படையைக் கொண்டு மெல்ல விரிந்து பரவும். உங்களுக்கு வேண்டிய எல்லாவற்றையும் அதனுள் கொண்டு வர இயலும். நமது வீடுகளில் நமக்கு தங்குவதற்கு இடம் வேண்டும், தூங்குவதற்கு மூன்று இடங்கள் வேண்டும், தந்தையும், தாயும் உறங்க வேண்டும், ஆண் பிள்ளைகள் உறங்க வேண்டும், பெண் பிள்ளைகள் உறங்க வேண்டும். சமையலுக்கும் ஒரு இடம் வேண்டும். இவற்றில் சின்னச் சின்ன மாறுதல்கள் தேவைப்படலாம். மண், லடேரிட், மூங்கில், கல் எனப் பலவற்றைக் கொண்டு சாதிக்கலாம். கட்டடவியல் என்பது எவை நல்லவையோ, எவை பயனுள்ளதோ, எவை நடைமுறைக்கு உகந்ததோ அவற்றைப் பற்றிய விதிமுறைகளின் தொகுப்புதான். இவ்வகையில் இசைக்கு அது மிகவும் நெருக்கமானதும் கூட" எனக் கருதினார்.

"அழகு என்பது உண்மையைப் பொருத்த ஒன்றுதான். கல், கல்லைப் போல் இருக்க வேண்டும். செங்கல் அதைப்போல்

இருக்க வேண்டும். நாம் பொருட்களை அதன் இயல்புக்கு ஏற்ப பயன்படுத்தினால், பிரம்பு, மூங்கில், செங்கல், கல் என எது பயன்படுத்தினாலும் அதுவே அழகாக இருக்கும்.” எவ்வித அழகியலும் இல்லாத தட்டையான கான்க்ரீட் வீடுகள் செல்வாக்குடன் இருந்த காலத்தில் பேக்கர் முகப்புச் சரிவுகளை அமைத்தார். மழை அதிகம் பொழியும் கேரளத்தில் மரபான வீடுகளின் கூரைகள் சரிவுடன்தான் கட்டப்பட்டன. அதையே பேக்கரும் கையாண்டார். இந்தியக் கட்டடங்களின் மகத்தான பாரம்பரியங்களை அவர் உணர்ந்தே இருந்தார். திருவனந்தபுரத்தில் பழங்காலக் கட்டடங்களை இடித்துவிட்டு புதிய கட்டடங்களைக் கட்ட ஆவன செய்யப்பட்டபோது, அவர் அதை எதிர்த்தார். இங்குக் கட்டப்படும் நவீனக் கட்டடங்களுக்கும், கேரள சூழலுக்கும், அங்கு கிடைக்கக்கூடிய பொருட்களுக்கும், அங்கு வாழும் மக்களுக்கும் எவ்விதத் தொடர்பையும் தன்னால் காண முடியவில்லை என்றார்.

பேக்கர் அகில உலகில் பல அங்கீகாரங்களைப் பெற்றிருந் தாலும், 1988இல் இந்திய குடிமகனாக அங்கீகரிக்கப்பட்டதை மிகப் பெரிய பெருமையாக கருதினார். அதன் பின்னர் ‘பத்மஸ்ரீ விருது’ அளித்து கவுரவிக்கப்பட்டார். பேக்கரும் எலிசபெத்தும் மூன்று குழந்தைகளைத் தத்தெடுத்தனர். திலக் எனும் ஆண் பிள்ளையையும், வித்யா மற்றும் ஹெய்டி எனும் இரு பெண் குழந்தைகளையும் தத்தெடுத்து வளர்த்தனர். ஏப்ரல் ஒன்று, 2007 அன்று தன்னுடைய தொண்ணூறாவது வயதில் வாழ்வாங்கு வாழ்ந்து மறைந்தார்.

பேக்கர் ஒரு கட்டடக்கலை நிபுணர் என்ற அளவில் நின்று விடக்கூடியவர் இல்லை. வாழ்க்கையை அதன் முழுமையில் அனுபவித்தவர். வாழ்க்கையின் சவாலான வெவ்வேறு தருணங்களை நேர்மையாக முழுமையாக எதிர்கொண்டு திறம்படச் செயலாற்றியவர். கவிஞர், ஓவியர், கேலிச் சித்திரக்காரர், மிஷனரி, தோட்டக்காரர், மயக்க மருந்து நிபுணர், சமையற்காரர், விவசாயி, கால்நடை மருத்துவர், ஆம்புலன்ஸ் ஓட்டுனர், கொத்தனார், தச்சன் எனப் பல முகங்கள் கொண்ட ஆளுமை அவர். எழுபதுகளில் திருவனந்தபுரத்தில் மட்டும் செல்வாக்குடன் திகழ்ந்த அவருடைய பாணி இன்று இந்தியா முழுவதும் பலரால் முன்னெடுக்கப் பட்டு வருகிறது.

பேக்கரின் மிக முக்கியமான பங்களிப்பு என்பது நவீனக் கட்டடவியலில் உள்ள இந்தியத்தன்மை என்ன என்பதை

இந்தியர்களுக்கு உணர்த்தியது. சூழலியல் பிரக்ஞையுடன், இயற்கையின் நீட்சியாக, அதே சமயம் இயற்கைப் பேரிடர்களை எதிர்கொள்ளும் விதமாக, சிக்கனமாக மனிதர்களின் வசிப் பிடங்களை உருவாக்க முடியும் என உணர்த்தியது இந்தியர் களுக்கும், உலக மக்களுக்கும் அவரளித்த மகத்தான பங்களிப்பு என உறுதியாகக் கூறலாம்.

அவருடைய இரண்டு மேற்கோள்களை நினைவு கூர்வது இங்கு பொருத்தமாக இருக்கும்.

“உயர்குடி, மத்திய வர்க்கம், ஏழை, பழங்குடிகள், மீனவர்கள் என வெவ்வேறு வர்க்கத்தினருக்காக நான் கட்டடங்கள் கட்டுவ தில்லை. நான் ஒரு மேத்யுவிற்கும், ஒரு பாஸ்கரனுக்கும், ஒரு முணீருக்கும், ஒரு சங்கரனுக்கும் தான் கட்டடம் கட்டுகிறேன்.”

“இன்னும் எத்தனையோ மக்கள் கட்டடம் என்று அழைக்கப் படும் ஒன்றுக்கு அருகில் கூட இல்லை என்பதை எண்ணி நாம் வெட்கப்பட வேண்டாமா? நாம், கட்டடக்கலை நிபுணர்களாக, உயர்ந்த தொழில்நுட்ப பயிற்சி பெற்றவர்களாக, இந்த பிரம் மாண்டத் தேவையை போக்க மிகக் குறைவாகவே செயல்படு கிறோம். கட்டடத்தை விட்டு விடுங்கள், சிறிய குடிசை கூட இல்லாமல் இருபது மில்லியன் குடும்பங்கள் தவித்துக் கொண்டிருக்கிறார்கள். நாமும் இந்த எண்ணிக்கையை அதிகரிக்க அனுமதித்துக் கொண்டிருக்கிறோம் என்பது வெட்கக் கேடானது.”

பேக்கர் கவலைப்பட்டது நியாயம்தான். புள்ளி விவரங்களில் வேண்டுமானால் மாற்றம் இருக்கலாம். அந்தக் கேள்வி இன்னும் வீரியமுடன் தான் இருக்கிறது. விடையை நோக்கிய பயணத்திற்கு நாம் இன்னும் நெடுந்தொலைவு பயணிக்க வேண்டியிருக் கிறது. ❑

(குறிப்பு – இக்கட்டுரை அரவிந் குப்தா பேக்கர் குறித்து எழுதிய அறிமுகக் கட்டுரை மற்றும் தக்ஷின் சித்ராவை வடிவமைத்த பேக்கரின் சீடர்களின் ஒருவரான பென்னி குரியகொஸ் பேக்கரின் மறைவை ஒட்டி எழுதிய அஞ்சலிக் கட்டுரையையும் அடிப்படையாகக் கொண்டு எழுதப்பட்டது)

8. அபய சாதகன் பாபா ஆம்தே

டி.கே. ஓசா எழுதி, நேஷனல் புக் ட்ரஸ்ட் வெளியிட்ட 'Voluntary Action and Gandhian Approach' எனும் நூல் மூன்று காந்திய தன்னார்வப் போராட்டங்களை பற்றி விரிவாகப் பேசுகிறது. ஓசா தமிழக காந்திகிராம பல்கலைக்கழகத்தில் துணைவேந்தராகவும் பணிபுரிந்தவர். இந்த நூலின் வழியாகத்தான் பாபா ஆம்தே எனும் மாமனிதரின் மகத்தான வாழ்க்கை எனக்கு அறிமுகம் ஆனது.

முரளிதர் தேவிதாஸ் ஆம்தே, நாடறிந்த பாபா ஆம்தேயின் இயற்பெயர். பாபா ஆம்தேவின் கதை மகத்தான துணிவின், நேர்மையின், தன்னலமற்றச் சேவையின், மாற்றத்தின் கதை. கவிஞர், மக்கள் தலைவர், மருத்துவ சேவகர், லட்சியவாதி, சூழலியல் போராளி என ஒரு பன்முக ஆளுமை அவர்.

1914 டிசம்பர் 26 அன்று மகாராஷ்டிரத்தின் மேற்கு பகுதியில் உள்ள குக்கிராமத்தில் பிறந்தவர் ஆம்தே. அவருடைய தந்தையார் தேவிதாஸ் பெரும் செல்வந்தர், நிலக்கிழார், அரசில் உயர் பதவி வகித்தவர். ஆம்தே பதினான்கு வயதில் துப்பாக்கியைத் தூக்கிக்கொண்டு வனப்பகுதியில் வேட்டையாடச் சென்றவர். தனியாக மோட்டார் வண்டி ஓட்டக்கூடிய வயதில் அவருக்கென்று ஒரு சிங்கர் ஸ்போர்ட்ஸ் கார் கொடுக்கப்பட்டது. அதன் இருக்கைகளை சிறுத்தைத் தோல் அலங்கரித்தது.

இளமையில் தந்தையுடன் பயணிக்கும் முரளிதர், நிலமற்ற ஏழை மக்கள் படும் அல்லல்களை அறிந்து வெதும்புகிறார்–

“எங்களைப் போன்ற குடும்பங்களில் இறுக்கமான ஒரு கருணை யின்மை இருக்கிறது. புறவுலகில் நிலவும் அவலத்தைக் காணா திருக்க அவர்கள் வலுவான தடைகளை எழுப்பிக் கொண்டார்கள், நான் அதற்கெதிராகக் கிளர்ந்தெழுந்தேன்” என்கிறார் பாபா ஆம்தே. ஏழை – பணக்கார, சாதியப் பாகுபாடுகளை அவரால் ஏற்றுக்கொள்ள இயலவில்லை. ஒருமுறை பட்டியல் சாதியில் பிறந்த வேலைக்கார நண்பருடன் தன் உணவைப் பகிர்ந்து கொண்டமைக்காக அவர் கடுமையாகத் தண்டிக்கப்பட்டார்.

இளமையில் இயற்கையுடன் ஏகாந்தமாக காலம் கழிப்பதில் அவருக்கொரு பெருவிருப்பம் உண்டு. தனியாகவோ அல்லது மாட்டுவண்டியைப் பூட்டிக்கொண்டோ உலவக் கிளம்பிவிடுவார். அப்படித்தான் பஸ்தார் மாவட்டப் பழங்குடி மக்களான மதிய கோண்ட் இனத்தவர்களுடனான பரிச்சயம் ஏற்பட்டது. பழகுவதற்கு இனிமையான எளிய மக்கள். தாம் வாழ்ந்து வேட்டையாடிய காட்டின் இண்டு இடுக்குகளைக் கூட முழுமையாக அறிந்திருந்தனர்.

சினிமாவில்கூட அவருக்கு பெரும் ஆர்வம் இருந்திருக்கிறது. ஆரம்ப காலங்களில் சினிமா சஞ்சிகைகளில் விமர்சனங்கள் எழுதியிருக்கிறார். அப்படித் தனிப்பட்ட முறையில் பிரபல நட்சத்திரம் நார்மா ஷியரருடன் நல்ல கடிதத் தொடர்பும் நட்பும் இருந்தது அவருக்கு.

முரளிதர் உடலை ஆரோக்கியமாகப் பேணுவதில் ஆர்வம் கொண்டிருந்தார். உடற்பயிற்சிகள் செய்து வந்தார், மல்யுத்தம், குதிரையேற்றம், நீச்சல் போன்றவற்றைப் பழகி வந்திருக்கிறார். முறையாக இசை பயின்றுள்ளார், மராத்தியில் அற்புதமான பல கவிதைகள் எழுதியிருக்கிறார். இசை, நாடகம் போன்ற நிகழ்த்துகலைகள் மீது அவருக்கு பெரும் ஆர்வம் இருந்தது.

முரளிதர் துணிவுள்ள ஆளுமை, ஒருமுறை ஒரு பெண்ணை சில ஆங்கிலேய ஆண்கள் அவமானப்படுத்தியது பொறுக்காமல் அடிதடியில் இறங்கியதன் விளைவாக ஏற்பட்ட வடுக்கள் இறுதிவரை அவருடலில் இருந்தன.

•

காலனிய சக்தியான ஆங்கிலேய அரசிற்கு எதிராக விடு தலைப் போராட்டம் சூடு பிடித்திருந்த காலக்கட்டத்தில் முரளிதரும் அன்றைய வேறு பல இளைஞர்களைப் போல்,

ஆங்கிலேயர்களை விரட்டியடிக்க வன்முறை வழியை நம்பியவர் களுக்கு அவசியமான ஆயுதங்களை சேகரிப்பது முக்கியம் என நம்பினார். 1935ஆம் ஆண்டு பலூசிஸ்தான் பகுதியில் மிகப் பெரிய நிலநடுக்கம் ஏற்பட்டபோது, முரளிதர் சீரமைப்புப் பணியில் தம்மை ஈடுபடுத்திக்கொண்டு க்வேட்டா சென்றார். பின்னர் 1942இல் 'இந்தியாவை விட்டு வெளியேறு' போராட் டத்தின்போது வழக்கறிஞர்களை ஒருங்கிணைத்து சிறையில் அடைபட்ட தலைவர்களுக்காக வாதாட ஏற்பாடு செய்தார், அதற்காகச் சிறையும் சென்றார்.

சட்டம் பயின்ற பின்னர், மகாராஷ்டிரத்தின் சந்திரபுர மாவட்டத்தில் உள்ள வரோரா எனும் சிற்றூரில் சட்ட ஆலோ சகராகப் பணிபுரிந்தார். ஆனாலும் அவருள் ஏதோ ஒன்று அவரை அமைதியிழக்கச் செய்தது. ஏழை எளிய மக்களைப் பற்றியே எப்போதும் சிந்தித்திருந்தார். நீதிமன்றத்தில் தான் உதிர்க்கும் சில உதிரி சொற்களைக் கொண்டு தன்னால் இத் தனை பொருளீட்ட முடிகிறது ஆனால் நிலமற்ற ஏழைத் தொழி லாளி பன்னிரண்டு மணி நேரம் கடுமையாக உழைத்து அவன் தனது உணவுக்குத் தேவையான ஒரு ரூபாயைக் கூடச் சம்பாதிக்க சிரமப்படும் அமைப்பிலுள்ள அநீதி அவரைக் குடைந்துகொண்டே இருந்தது. 'எனது பண்ணையில் ஒரு விதைகூட விதைக்காத நான் பண்ணை வீட்டின் எல்லா வசதிகளையும் அனுபவிக்கிறேன், கடுமையாக உழைக்கும் இவர்கள் வெயிலில் அவதியுறுகிறார்கள், ' என்று வருந்தினார் அவர். மேலும் தனது வக்கீல் தொழில் சார்ந்து பல பொய்களைக் கூறவேண்டிய நிர்ப்பந்தமும் அவரைத் தொந்திரவு செய்தது. தெரிந்தே பொய்யாக வாதாடி அதில் வெற்றியும் பெற்றார்.

இந்தச் சிந்தனைகளால் தூண்டப்பெற்று, அவர் தன் மட்டத்தில் என்ன செய்ய இயலுமோ, அதில் ஈடுபடத் தொடங்கி னார். அவரது நிலத்தில் பணிபுரியும் தலித் மக்கள் கிராமத்து கிணற்றில் நீர் இறைத்துக்கொள்ள அனுமதிக்கப்படவில்லை. அவர்கள் தொலைதூரம் சென்றுதான் நீர் எடுத்து வர வேண்டும். கிராமத்து உயர் சாதியினரின் கடுமையான எதிர்ப்பையும் மீறி, தனது பண்ணையில் உள்ள கிணற்றை அவர்கள் பயன்படுத்திக் கொள்ள அனுமதித்தார்.

முரளிதர் மெல்ல தனது தொழிலில் ஆர்வமிழந்தார். தாடி வளர்த்து, பிரம்மச்சரியம் பேணப் போவதாக அறிவித்துக்

ஆயிரம் காந்திகள்

கொண்டார். இந்த நாடகங்கள் எல்லாம் இந்து குலேஷாஸ்திரியைத் தன் அக்காவின் திருமணத்தில் சந்திக்கும் வரையில்தான். 1946ஆம் ஆண்டு இந்து சாதனா ஆகிறார், பின்னர் அவரை மணக்கிறார். இறுதிவரை சாதனா முரளிதருக்கு உறுதுணையாகவே இருந்தார்.

வழக்கறிஞர் தொழிலில் தனக்கிருந்த அதிருப்தியை மனைவியுடன் பகிர்ந்துகொண்டார் முரளிதர். ஏதோ ஒருவகையில் ஏழைகளை, தான் சுரண்டுவதாகக் கருதினார். தந்தைவழி தனக்கு வந்த ஒட்டுமொத்த சொத்துரிமையையும் திருமணத்தன்றே விட்டுக் கொடுத்தார், வழக்கறிஞர் தொழிலையும் கைவிட்டார். இருவரும் இணைந்து ஒரு சிறிய ஆசிரமத்தை நிர்மாணித்தனர். அங்கு வேளாண்மை பற்றிக் கொஞ்சம் அறிந்த ஒரு பிராமணர், செருப்பு தைப்பவர், குடைகளைச் சீர்செய்பவர், சில தலித் குடும்பங்கள் இணைந்து கொஞ்சம் நிலத்தை திருத்தி வேளாண்மை செய்து வாழ்ந்து வந்தனர். ஆசாரமான குடும்பப் பின்புலத்தில் வளர்ந்தவர் இந்து. அவர் தன்னை முரளிதருக்காக தகவமைத்துக் கொள்ள கொஞ்ச காலமானது. தலித் மக்களுடன் வசிப்பிடத்தை பகிர்ந்துகொண்டமைக்காக இந்துவின் இல்லத்தார் இவர்களை ஒதுக்கி வைத்தனர். தலைப்பிரசவத்திற்கு கூட அன்னையின் துணை அவருக்குக் கிடைக்கவில்லை.

முரளிதர் வரோரா நகராட்சியின் துணைத் தலைவராகத் தேர்ந்தெடுக்கப்பட்டார். மனிதக்கழிவுகளை சுமந்து, தீண்டத் தகாதவர்களாக இழிவு செய்யப்பட்ட பங்கி மக்களின் தலைவராக உருவானார். நிலமற்று, ஆரோக்கியமற்று, கல்வியற்று அவதியுற்ற அம்மக்களின் விடிவுக்காக காந்தி, 'பங்கி முக்தி' (பங்கிக்கு விடுதலை) எனும் இயக்கத்தைத் தோற்றுவித்திருந்தார். எப்பணியும் இழிவானதல்ல என்பதை நிறுவும் பொருட்டு அவரே முன்னின்று தோட்டி வேலையும் செய்தார். முரளிதரும் இந்த சவாலை எதிர்கொண்டு நாளொன்றிற்கு நாற்பது கழிவறைகளைச் சுத்தம் செய்தார்.

அப்படியொருநாள் தலைக்கூடையில் கழிவுகளைச் சுமந்து கொண்டு சென்ற மழைநாளில், நீர்தேங்கிய குட்டைக்கு அருகில் கோர முகத்துடன், விரல்களற்ற, புழுக்கள் மண்டி வலியில் துடித்த நிர்வாண மனிதர் ஒருவரைக் கண்டார். அந்தக் காட்சி அவரை உலுக்கியது. முரளிதர் அப்போதுதான் தொழு நோயாளியை முதன்முதலாகக் கண்டிருந்தார். அந்தக் காட்சியும்,

தனக்கும் நோய் பரவிவிடும் எனும் அச்சமும் அவரைப் பீடித்த தால் வீட்டிற்கு ஓடி வந்தார். அவர் மீது படிந்த அழுக்குகளைச் சுத்தப்படுத்திக் கொள்ளக் குளித்தார்.

ஆனாலும் மனதளவில் அந்தக் காட்சியின் உக்கிரத்திலிருந்து அவரால் விடுபட முடியவில்லை. "ஒருகால் தானோ, தன் மனைவி, பிள்ளைகளோ இந்நோயால் பீடிக்கப்பட்டால் எங்கு போவது?" எனும் கேள்வி அவருள் எழும்பியது. "எங்கு அச்சமிருக்கிறதோ அங்கு அன்பு இருக்க இயலாது, எங்கு அன்பு இல்லையோ, அங்கு கடவுளும் இருக்க இயலாது. நான் இந்த அச்சத்தைப் போக்கியாக வேண்டும்" என்று தன்னையே தேற்றிக் கொண்டார். நோய்மையின் தனிமையில் தவித்துக் கொண்டு இருக்கும் ஒரு மனிதனை எப்படி அப்படியே விட்டுவரத் தன்னால் முடிந்தது என எண்ணி வெட்கினார்.

மீண்டும் அங்கு சென்று அந்த மனிதருக்கு உணவளித்து, அவருக்கு சிறு மூங்கில் குடிலமைத்துக் கொடுத்துப் பராமரித்தார். அவர் பெயர் துளசிராம். துளசிராம் பாபா ஆம்தேவின் பராமரிப்பில்தான் மரித்தார். முரளிதரின் வாழ்க்கையையே மாற்றி, பாபா ஆம்தேவின் வாழ்வில் பெரும் திருப்புமுனையாக இருந்துவிட்டே மரித்தார்.

'நான் எதற்குமே அஞ்சியதில்லை. ஆங்கிலேய இளைஞர்களை எதிர்த்து, இந்தியப் பெண்ணின் மானம் காக்கச் சண்டையிட்டிருக் கிறேன். காந்தி என்னை 'அபய சாதகன்', அதாவது 'அச்சமற்று சத்தியத்தைத் தேடுபவன்' என்றே அழைப்பார். வரோராவின் தோட்டிகள், 'கழிவறையைச் சுத்தம் செய்திட முடியுமா?' என எங்களிடம் சவால்விட்டபோது, அதை ஏற்றுச் செய்தேன். குண்டர்களையும் கொள்ளைக்கார ஆங்கிலேயர்களையும் எதிர்த்துச் சண்டையிட்ட நானேதான், பிணம் போல் வாழ்ந்த துளசிராமைக் கண்டு அஞ்சி நடுங்கினேன். விரல்கள் இல்லை, துணிமணிகள் இல்லை, உடலெங்கும் புழுக்கள்.'

பாபா அவருடைய அச்சத்தை நேருக்கு நேராக எதிர்கொள்ள முடிவெடுத்தார். அதற்குத் தன்னைத் தயார்ப்படுத்திக்கொள்ள கொஞ்ச காலம் பிடித்தது. ஆனால் அப்படி எதிர்கொள்வதன் வழியாகவே அவற்றை வென்று கடந்து செல்ல இயலும் என்பதைப் புரிந்துகொண்டார்.

●

ஆயிரம் காந்திகள்

1930கள் வரைகூட தொழுநோய்க்கு உரிய சிகிச்சை இல்லாத காரணத்தால் சுத்தமாக பராமரித்தல் மட்டுமே அக்காலத்தில் சிகிச்சையாக இருந்தது. நாற்பதுகளில் டாப்சொன் இந்நோயைக் கட்டுப்படுத்திக் குணமாக்கப் புதிய வழியை ஏற்படுத்தியது. இருந்தாலும் சமூகம் தொழுநோயாளிகளை ஒதுக்கியே வைத்திருக்கிறது.

காந்தி தன்னுடைய ஆக்கப்பூர்வச் செயல்திட்டத்தின் ஒரு பகுதியாக தொழுநோய் பராமரிப்பையும் முன்னிலைப்படுத்தினார். வரோராவிற்கு அருகில் தத்தபுரத்தில் தொழுநோய் மருத்துவ மனையும் வசிப்பிடமும் நிர்மாணிக்கப்பட்டது. அங்கு ஒரு சிறு குடிசை கட்டிக்கொண்டு அவர்களுடைய வாழ்வை நெருங்கி அவதானிக்கத் தொடங்கினார் முரளிதர். பின்னர் 1948இல் வரோராவில் சிறிய தொழு நோய் கண்டறிதல் மற்றும் சிகிச்சை மையத்தைத் தொடங்கினார். ஆனால் தொழுநோய் பற்றி பூரண அறிதல் அதை எதிர்கொள்ள அத்தியாவசியம் என உணர்ந்து கொண்டார்.

அதைத் தொடர்ந்து கல்கத்தாவில் ட்ராபிக்கல் நோய் மையத்தில் சேர்ந்து தொழுநோய் தொடர்பான ஓராண்டு மருத்துவப் பயிற்சி படிப்பில் சேர்ந்து கல்வி கற்றுத் தேர்ந்தார். வராரோவைச் சுற்றி ஐம்பது கிலோமீட்டர் சுற்றளவு பரப்பில் பதினோரு தொழுநோய் சிகிச்சை மையங்களை உருவாக்கினார். நான்காயிரம் நோயாளிகளுக்கு சிகிச்சை அளிக்கப்பட்டது.

1950ஆம் ஆண்டு மகாரோக சேவா சமிதி என்றொரு அமைப்பை தொழுநோயாளிகளின் பராமரிப்பிற்காக ஏற்படுத்தினார். அவர்கள் குணமாகி, சமூகத்திற்கு பயனுள்ள, தற்சார்புடைய வாழ்வு வாழ அனைவரும் இணைந்து வசிப்பதற்குரிய இருப்பிடம் தேவை என உணர்ந்து கொண்டார். பொருளியல் தற்சார்பு வழியாகத்தான் ஒருவன் முழுமையாக நோயிலிருந்து விடுபட்டு மீண்டெழ முடியும் என்று அவர் கருதினார். "விரல்கள் இன்றிக்கூட மனிதன் வாழ்ந்துவிட முடியும், ஆனால் சுயமரியாதையின்றி வாழ முடியாது".

●

1951ஆம் ஆண்டில் சந்திரபூர் வனப்பகுதியில் சிறிது நிலத்தை அரசாங்கம் அவருக்கு வழங்கியது. மனைவி மற்றும் இரு கைக்குழந்தைகளுடன். பையிலிருந்த பதினான்கு ரூபாயுடன்

ஆறு தொழுநோயாளிகளை அழைத்துக் கொண்டு கொடிய வனப்பகுதி நிலத்தைத் திருத்தி குடியேறினார். மூங்கில் கழிகளைக் கொண்டு சிறு குடில்களமைத்துக் கொண்டார், கிணறு வெட்டினார், அங்கேயே வசிக்கத் தொடங்கினார். அப்படித்தான் 'ஆனந்தவனம்' உருவானது. வாழ்க்கையில் எப்போதும் மகிழ்ச்சியும், நம்பிக்கையும் நிறைந்திருக்க வேண்டும் என்பதே ஆம்தேயின் கருத்தாக இருந்தது. மக்கள் அவரை அன்புடன் பாபா ஆம்தே என்றழைக்கத் தொடங்கினர். தொழுநோயாளிகள் வாழ்வில் மகிழ்ச்சியையும், நம்பிக்கையையும் துளிர்க்கச் செய்வதே தன் வாழ்நாள் பணியென உறுதி கொண்டிருந்தார் அவர்.

அனைவரும் இணைந்து உயர்வு தாழ்வின்றிச் சமமாக உழைக்கத் தொடங்கினர். "சேவை அழிவைத் தரும், உழைப்பு உயர்வைத்தரும்" (charity destroys work builds) என்பதே அவரது நம்பிக்கையாக இருந்தது. எல்லாவற்றையும் அளித்து உழைப்பற்ற சோம்பேறிகளை உருவாக்குவதைக் காட்டிலும், அவர்களே தங்கள் தேவைகளைப் பூர்த்தி செய்துகொண்டு நிறைவான வாழ்க்கை அமைத்துக் கொள்ள வேண்டும் என்று வலியுறுத்தினார்.

ஆனந்தவனத்தின் மக்கள் மரங்களை வெட்டினர், பாறைகளை அகற்றினர், சாலைகளை உருவாக்கினர். தோட்டங்கள் போட்டனர், வேளாண்மைக்கு நிலத்தைத் தயார் செய்தனர், குடில்களைக் கட்டிக்கொண்டனர். "நான் அவர்களுக்கு வாழ் வதற்கொரு வாய்ப்பை ஏற்படுத்திக் கொடுக்க வேண்டும், வெறும் உதவிகளை அல்ல" என்பது பாபா ஆம்தேவின் சிந்தனையாக இருந்தது.

மிகச் சிறிய மருத்துவ மையமாகத் தொடங்கப்பட்டு இன் றொரு பிரம்மாண்டமான மருத்துவமனையாக வளர்ந்து உரு மாறி இருக்கிறது ஆனந்தவனம். நாளொன்றிற்கு ஐநூறு புற நோயாளிகள் வந்து செல்கிறார்கள், ஆயிரத்து ஐநூறு உள் நோயாளிகள் தங்குவதற்கான இட வசதிகள் உண்டு. தொழுநோய் ஆய்வு மையம் ஒன்றும் உண்டு.

தொழுநோயாளிகள் விளைவித்த தானியங்களையும், காய்கறிகளையும் சந்தைப்படுத்துவதில் சில சிக்கல்கள் எழுந்தன. தானியங்கள் வழியாக கிருமித் தொற்று வந்துவிடுமோ எனும் அச்சம் காரணமாக அண்டையக் கிராமவாசிகள் அவற்றை வாங்கத் தயங்கினர். ஆனந்தவனத்தின் சுத்தமான சுற்றுப்புறங் களை, கட்டடங்களைக் கண்டவுடன் அவர்களுடைய பார்வை

மாறியது. முப்பத்தாறு வெவ்வேறு தேசங்களிலிருந்து அங்கு தன்னார்வலராகப் பணிபுரிய வந்த ஐம்பது வெளிநாட்டவர்கள் தொழுநோயாளிகளுடன் இணைந்து மண்ணில் பாடுபட்டதைக் கண்டு கிராமவாசிகள் நெகிழ்ந்தனர். மெல்ல அவர்களும் உதவிக்கு வந்தார்கள்.

பாபா ஆம்தே மிகச்சரியாகப் புரிந்துகொண்டார், நோய்மை அல்ல அதைப் பற்றிய அச்சமே மக்கள் அவர்களை அன்னியப் படுத்தக் காரணமாய் இருக்கிறது. குணமடைந்த நோயாளிகள், நோயாளிகளாக இல்லாமல் தன்னார்வத் தொண்டர்களாக பணியாற்றத் தொடங்கினர். ஆனந்தவனம் தன்னிறைவு அடைந்தது. ஒருகட்டத்தில் உப்பு, சர்க்கரை, பெட்ரோல் ஆகிய வற்றுக்கு மட்டுமே வெளியே சார்ந்திருக்க வேண்டியதிருந்தது. அதிலிருந்து கிட்டிய உபரியைக் கொண்டு பார்வையற்றவர்களுக்கு ஒரு பள்ளியையும் தொடங்கினார். வேளாண்மை கல்லூரி ஒன்றையும் தொடங்கி சமூகத்திற்கு முழுமையாகப் பங்களிப் பாற்றினர்.

ஒரு தொழுநோயாளி அதற்கு முன்னர் என்ன தொழிலில் ஈடுபட்டிருந்தாரோ, அதே தொழிலில் அவர் மீண்டும் தன்னை இணைத்துக்கொள்ள வேண்டும் என்பதே ஆனந்தவனத்தின் நோக்கம். அதுவே அவர்களை நோய்மையிலிருந்து விடுவித்து இயல்பாக உணரச் செய்யும். எனவே, வேளாண்மை மற்றும் வெவ்வேறு கைத்தொழில் பயிற்சி வகுப்புகள் எடுக்கப்பட்டன. நோயாளிகளுக்கு நோய்க்கு, முன் இருந்த திறன்களைத் தக்க வைக்க பயிற்சிகள் வழங்கப்பட்டன. நெசவு, புத்தக பைண்டிங், ஆடு – மாடு மேய்த்தல், தையற்கலை, செவிலியர் பணி, மர வேலைப்பாடுகள் போன்றவற்றை உள்ளடக்கியதாக இருந்தன இந்தப் பயிற்சி வகுப்புகள்.

1967 ஆம் ஆண்டு ஆனந்தவனத்தில் இருந்து நூறு கிலோமீட்டர் தொலைவில் இருக்கும் சோம்நாத்தில் மற்றுமொரு தொழுநோய் மையத்தை நிறுவ முயற்சித்தார் ஆம்தே. அங்கும் தொழுநோயாளிகளின் கூட்டு முயற்சியில் மருத்துவமனை உருவானது.

ஆம்தேவின் மிக முக்கியமான சாதனையாக தடுப்பணைகள் கட்டி மழைநீரைக் கொண்டு வேளாண்மைக்குத் தோதாக நிலத்தை மாற்றியதைக் குறிப்பிட வேண்டும். வறண்ட நிலப்பகுதி வளம் கொழிக்கத் தொடங்கியது. “வெடிப்புகள் நிறைந்த

கரங்களுடன் இங்கிருக்கும் தொழுநோயாளிகள் காய்கறித் தோட்டங்களில் வானவில்லின் அத்தனை நிறங்களையும் உருவாக்கிக் காட்டுகிறார்கள்" என்று பெருமிதமடைந்தார் ஆம்தே.

தொழுநோயாளிகள் தங்கள் கரங்களினால் பள்ளியையும், கல்லூரியையும் கட்டி எழுப்பினர். எந்த மக்களைச் சமூகம் ஒதுக்கி வைத்ததோ, அவர்கள் சமூகத்திற்கு வளங்களை அளிக்கும் வள்ளல்கள் ஆனார்கள். பின்னர் வேறு சில கட்டடங்களும் எழுப்பப்பட்டன.

●

பாபா ஆம்தேவின் வாழ்க்கையில் மிகச் சோதனையான காலக்கட்டம், அவருடைய உடல்நிலை நலிவடைந்து படுக்கையில் கழித்த நாட்கள். முதுகெலும்பு வட்டுக்களில் ஏற்பட்ட சீரழிவு நோய் அவரை முடக்கி வைத்தது. கடுமையான வலியைப் பொறுத்துக்கொண்டு படுத்துக் கிடந்தார். அப்போது அவருக்கு ஐம்பது வயதுதான். துணிவற்ற சாமானியராக இருந்திருந்தால் இத்தகைய வலிக்கு ஒருவர் உடைந்து போகக்கூடும். எல்லா வற்றையும் துணிவுடன் எதிர்கொண்ட ஆம்தே இந்நோய் அளித்த ஓய்வைச் சிந்திக்கப் பயன்படுத்திக் கொண்டார். இந்தியாவின் சமூக பொருளியல் மாற்றங்களுக்கான சிந்தனை களை அப்படித்தான் உருவாக்கத் தொடங்கினார். அதுவரையில் முனைப்புடன் இயங்கிக் கொண்டிருந்த நிலையில் அவருடைய உடல் முடக்கப்பட்டிருந்தபோது மனம் கற்பனைச் சிறகு விரித்தது.

1971ஆம் ஆண்டில் சில நண்பர்களின் உதவியுடன் லண்டனுக்கு சென்று அறுவை சிகிச்சை செய்துகொண்டார். அதன் பின்னர் மீண்டும் மும்பையில் ஒரு அறுவை சிகிச்சை செய்துகொண்டார். அவ்வாண்டுகள் படுக்கையிலேயே கழிந்தன. உயிர்பிழைத்து வந்தாலும் அவரால் அமர முடியாது. நிற்கவும் படுக்கவும் மட்டுமே முடியும் அதுவும்கூட நெடுநேரம் சாத்தியமில்லை.

பாபா ஆம்தே அவருடைய கோட்பாட்டை – *creative humanism* என்றழைத்தார். அதாவது 'படைப்பூக்கமிக்க மனிதம்'. உண்மையான புரட்சி என்பது ரஷ்யாவில் நடந்ததோ சீனாவில் நடந்ததோ அல்ல, மாறாக மக்கள் தங்கள் முழுத் திறனை

உணர்வதே புரட்சி, அது நடைமுறைக்கு உகந்த செயல்பாடுகளைத் தூண்டும்.

ஆனந்தவனத்தை மாதிரி சமூகமாகக் கனவு கண்டார் ஆம்தே. லட்சிய சமூகம் என்பது இரண்டு தூண்களின் துணை யுடன் நிற்கும் – உரிமைகளை பரஸ்பரம் அங்கீகரித்து ஏற்றுக் கொள்ளுதல், பொது நன்மைக்காக பரஸ்பரம் ஒத்துழைத்தல். ஒவ்வொரு மனிதனின் சுயகவுரவமும் முக்கியமானது. அதையடைய ஒவ்வொருவரும் தற்சார்புடையவர்களாக இருக்க வேண்டும்.

ஆனந்தவனத்தின் சாதனைகளை முன்வைத்து சிந்தித்தபோது "மிகக் கடினமான சூழலில் நம்மால் மகிழ்ச்சியான சமூகத்தை உருவாக்க முடிகிறது எனில், ஆரோக்கியமான மக்களால் இன்னும் மேம்பட்ட சூழலில் ஏன் இதை நிகழ்த்த இயலாது? இளைஞர்களால் ஏன் மாற்றத்தை கொண்டுவர முடியாது?" என்ற கேள்வி எழுந்தது.

மிக எளிமையாக 'வளர்ச்சிக்கும்' இயற்கைக்கும் இடையிலான புரிதலை பாபா ஆம்தே விளக்குகிறார். "தேனீக்களை எடுத்துக் கொள்ளுங்கள். அதன் பொக்கிஷம் என்பது மிளகாய்ச் செடி யிலிருந்துகூட அவை சேமிக்கும் தேன்தான். அதனால் பூக்களுக்கு எவ்வித இழப்புமில்லை. இன்னும் சொல்வதானால் தேன் எடுப்பது மலரின் வளர்ச்சிக்கு உகந்ததும்கூட. நீங்கள் கலீல் கிப்ரான், மார்க்ஸ், கோர்பசேவ், ஏன் காந்திஜியிடமிருந்துகூட கற்றுக் கொள்ள வேண்டாம். மாறாக, மவுனச் சகாவாகத் தேனீக்களை ஏற்றுக்கொண்டு, அவற்றிடமிருந்து கற்றுக் கொண்டால் மட்டும் போதும், எதையும் அழிக்காமல் வளர்ச்சி என்பது எப்படிச் சாத்தியம் என்பதை அவை நமக்கு செயல் படுத்திக் காட்டும்."

பாபாவின் நீண்டநாள் கனவு, இளமையிலிருந்து அவர் நன்கறிந்த மதிய கோண்டா பழங்குடி மக்களின் வாழ்க்கைத் தரத்தை உயர்த்த வேண்டும் என்பதே. அடர்ந்த வனப்பகுதியில் அவருடைய இளைய மகன் டாக்டர் பிரகாஷ் மற்றும் அவரது மனைவி மருத்துவர் மந்தாகினியும் பழங்குடி மக்களுக்காக மருத்துவ மையத்தை நிர்வகித்து வருகிறார்கள். 'லோக் ப்ராதரி' என்று திட்டத்திற்கு பெயரிட்டார் பாபா ஆம்தே. அதாவது 'சகோதர மக்கள்' என்று பொருள். மருத்துவம் என்பது காலூன்றுவதற்கான வழிவகை மட்டுமே. பாபா ஆம்தே பழங்குடி மக்களுக்காகக் கண்ட கனவு பிரம்மாண்டமானது.

சுரண்டலைப் பற்றி அவர்களுக்கு விழிப்புணர்வு ஏற்பட வேண்டும், அதற்கு அவர்கள் கல்வி கற்க வேண்டும். வேளாண்மை தற்சார்பு அடைய வேண்டும் – எனவே அவர்களுக்கு தரமான விதைகள் வழங்கப்படுகின்றன. தொடர் உரையாடல் வழியே தங்கள் உரிமைகளுக்காக அவர்களைப் போராடச் செய்ய வேண்டும் என்பதே பாபாவின் திட்டம். வனப்பகுதியில் மேலும் ஆறு உப மையங்கள் நிறுவப்படுகின்றன. கடுமையான வெள்ளம் பெருக்கெடுக்கும் பெருமழைக் காலத்தில்கூட மருத்துவச் சேவை மற்றும் இதர சேவைகள் பாதிப்படையாமல் தொடர்ந்து செயல்பட வேண்டுமென்பதே அவருடைய நோக்கம். பழங்குடி யினரை ஒருங்கிணைத்து அவர்களை அநீதிக்கு எதிராகவும், லஞ்ச ஊழலுக்கு எதிராகவும் திரட்டிப் போராடச் செய்வதும், அதற்குரிய தலைமையை உருவாக்குவதும்கூட நோக்கங்கள் என்று இவ்வமைப்பு தன் செயல்திட்டங்களை முன்னெடுக்கிறது.

கோதாவரி ஆற்றிலும், இந்திராவதி ஆற்றிலும் இரு பெரும் அணைகள் கட்டி நீர் மின்சாரம் தயாரிக்க அரசால் ஒரு திட்டம் போடப்பட்டது. இது நிறைவேறினால் சுமார் இரண்டு லட்சம் ஏக்கர் காட்டின் நிலப்பரப்பு நீரில் மூழ்கும். மாவட்ட வளர்ச்சி ஆணையத்தில் பதவி வகித்த பாபா, இந்தத் திட்டத்தை ஆராய்ந்து இது அங்கு வாழும் மக்களின் வாழ்வாதாரத்தைப் பாதிக்கும் என வாதாடினார். 1983ஆம் ஆண்டு அன்றைய பிரதமர் இந்திரா காந்திக்கு கடிதம் எழுதினார். பெரும் அணைகள் கட்டுவதற்குப் பதிலாக சிறு சிறு தடுப்பணைகளைக் கட்டலாம் என ஒரு யோசனையை முன்வைத்தார். மேலும் திட்டத்தால் ஏற்படும் இழப்பு அதிலிருந்து பெறக்கூடிய வரு மானத்தைக் காட்டிலும் குறைந்ததாகவே இருந்தது. நாற்பதாயிரம் ஏக்கர் காடழிவதால் ஏற்படும் இழப்பு வெறும் ஒன்பது கோடி என அன்றைய மகாராஷ்டிர அரசின் அறிக்கை கூறியது. மாறாக வருடாவருடம் அதிலிருந்து கிடைக்கக்கூடிய பொருட்களை கணக்கில் கொண்டால் அன்றைய தேதிக்கு இரண்டாயிரத்து ஐநூறு கோடி வருவாய் இழப்பு என்பதே சரியானதாக இருக்கும். 1984இல் பழங்குடி மக்களின் பேரணி ஒன்றை மாவட்ட ஆட்சியர் அலுவலகத்தை நோக்கி ஒருங்கிணைத்தார் பாபா. அதன்பின்னர், திட்டம் கைவிடப்பட்டது.

பாபா ஆம்தே பெருகிவரும் பிரிவினைவாத கருத் தோட்டங்களையும் அதனுள் புதைந்திருக்கும் தீவிரவாதத்தையும் கண்டு வருந்தினார். அவை இந்தியாவின் ஒற்றுமையையும்,

ஒருமைப்பாட்டையும் குலைப்பதாகக் கருதினார். முதிய வயதில் தென்குமரியில் தொடங்கி வடக்கே காஷ்மீரம் வரையில் யாத்திரை மேற்கொள்ளத் திட்டமிட்டு அறைகூவல் விடுத்தார். Knit India (இந்தியாவை ஒருங்கிணைத்தல் என்று பொருள் கொள்ளலாம்) யாத்திரை என அந்த இயக்கத்தை அழைத்தார். "நாம் அந்நிய அரசை விரட்டுவதற்காக 'இந்தியாவை விட்டு வெளியேறு' போராட்டத்தைத் தொடங்கினோம் (Quit India). இப்போது உள்ளிருக்கும் சில சக்திகள் இந்தியாவைப் பிளக்கப் பார்க்கின்றன (Split India), நான் உங்களை இந்தியாவை ஒன்றிணைக்க அழைக்கிறேன் (Knit India)" என்றார். யாத்திரையின் போது மத, மொழி, சாதி, குழு மனப்பான்மையைக் கைவிட வலியுறுத்தினார். 'ஒன்று திரள்வதே வலிமை' என அறிவுறுத்தினார்.

பல மாநிலங்களின் வழி அவருடைய இந்த யாத்திரை தொடர்ந்தது. அவர் சென்ற இடங்களில் எல்லாம் அப்பகுதி மக்கள் உற்சாகத்துடன் தங்கள் ஆதரவைத் தெரிவித்தனர். பாபா ஆம்தேவின் இப்பயணத்தின் மிக முக்கியமான பகுதி என்பது அவருடைய பஞ்சாபிய பயணம் மற்றும் வாசம் எனக் கூறலாம். பஞ்சாபில் நடந்த கொடூரங்களின் ஈரம் காய்வதற்கு முன்னர் அவர் அங்கு சென்று தீவிரவாதிகளுடன் உரையாடினார், மக்களுடன் மக்களாக கிராமங்களில் தங்கினார், அவர்களின் ஆறாக்காயங்களை ஆற்ற முயன்றார். இதன் பின்னர் மீண்டும் 1988ஆம் ஆண்டு கிழக்கில் இடாநகர் தொடங்கி மேற்கு எல்லையில் துவாரகா வரையில் ஐந்தாயிரம் மைல் யாத்திரை சென்று இந்தியாவின் ஒற்றுமையையும், ஒருமைப்பாட்டையும் வலியுறுத்தினார்.

பாபா ஆம்தே வயோதிக காலத்தில் நர்மதாவில் திட்டமிடப் பட்டிருந்த சர்தார் சரோவர் திட்டத்தை எதிர்த்தும் போராடினார். நர்மதா பசாவோ அந்தோலனில் மேதா பட்கருடன் இணைந்து அவருடைய அடுத்தக்கட்டப் போராட்ட அத்தியாயம் தொடங்கியது. நாற்பது ஆண்டுகாலமாக அவருடைய வசிப் பிடமாக இருந்த ஆனந்தவனத்திலிருந்து பாபா வெளியேறினார். அந்த முடிவை எடுப்பது ஒன்றும் அவருக்கு அத்தனை சுலபமாக இல்லை. கால்காட் பாலத்தில் சாலை மறியலில் ஈடுபட்டார். அதன் பின்னர் மத்திய பிரதேசத்தின் மேற்கு மூலையில் உள்ள சிறு கிராமமான காசர்வாத்திற்குச் சென்றார். மெல்ல அங்கும் ஒரு ஆனந்தவனத்தை உருவாக்கத் தொடங்கினார் பாபா.

குஜராத் – மத்திய பிரதேச எல்லையில் உள்ள பெற்குவா எனும் சிறு கிராமம் வரலாற்று முக்கியத்துவம் பெற்றது. பாபாவும் சர்தார் சரோவர் திட்டத்தால் பாதிக்கப்படுவோரும் கைகட்டிக்கொண்டு அமைதியாக குஜராத்திற்குள் புக முயல் கின்றனர். மறுபுறம் லத்திகளுடன் காவல்துறையினர், அவர் களுக்குப் பின்னர் அணையை ஆதரிப்போரின் கூக்குரல். "திரும்பிச் செல்' என பாபாவை நோக்கி அவர்கள் கூவினர். மேதா பட்கரும் இன்னும் நால்வரும் சேர்ந்து அதே இடத்தில் அமர்ந்து உண்ணா நோன்பிருக்கத் தொடங்கினர். மறுபுறம் குஜராத் முதல்வரின் மனைவியும் தர்ணாவில் ஈடுபட்டார். இவர்களுக்கு இடையில் பாபாவின் வண்டி மாட்டிக்கொண்டது.

தன்னால் குஜராத் மக்களுக்கு அணையின் தீமைகளைக் கூறி ஒப்புக் கொள்ளவைக்க முடியவில்லை என வருந்தினார். முப்பது ஆண்டுகளுக்கு மேலாக இவ்வணை மிகப்பெரிய மாற்றங்களை கொண்டு வரும் என அம்மக்களுக்கு மீண்டும் மீண்டும் சொல்லப்பட்டிருந்தது. மூன்று வாரங்களுக்கு மேலாக இந்தச் சூழல் நீடித்தது. மேதாவின் உடல்நிலை கவலைக்கிடமாக மாறியது. சில இளம் செயல்பாட்டாளர்கள் வலியுறுத்துதல்தான் சிறந்த வழி எனக் கருதினர். ஆனால் பாபா தெளிவாக, 'இது குஜராத் – மத்திய பிரதேசத்து மக்களுக்கு இடையிலான பிரச் சனை அல்ல' என்றார். ஒருமாதிரி அந்தப் போராட்டம் முடிவுக்கு வந்தது.

பாபாவின் அரசியல் நடவடிக்கைகள் சிலருக்கு ஏற்புடையதாக இருக்கவில்லை. மத்தியபிரதேச காவல்துறை அவருடைய வசிப்பிடத்திற்கு அருகில் ஒலிப்பான்களைக் கட்டி, சதா சர்வகாலமும் இம்சிக்கும் அளவிற்கு ஒலி எழுப்பியது. அதன் பின்னர் நீரின் அளவு அறுபதடி கடந்தவுடன் அவருடைய வசிப்பிடம் மூழ்கும் அபாயம் ஏற்பட்டது. அதன் காரணமாக அங்கிருந்து வெளியேற்றப்பட்டார்.

பாபாவிற்கு நர்மதாவின் தீரத்தில் உயிர்பிரிய வேண்டும் என்பதே அவா. நர்மதையுடன் அந்தரங்கமான நெருக்கத்தை உணர்ந்தார். சன்னியாசம் என்றழைக்க மறுத்துவிட்டார். "உண்மையில் அது ஒரு காதல். நாங்களிருவரும் நர்மதையைக் கண்டு மூச்சடைத்து நிற்கிறோம்". நர்மதையுடன் ஐக்கியமாகிச் சரணடையவே அவர் விரும்பினார். "நானாகச் சென்று நீரில் மூழ்கிவிட மாட்டேன் என்றாலும், வெள்ளம் வரும்போது

எழுந்து ஓடாமல் அப்படியே அமர்ந்திருப்பேன்" என்றார். ஆனால் அவருடைய உடல்நிலை மீண்டும் அவரை ஆனந்த வனத்துக்கே அழைத்து வந்தது. அதன் பின்னர் பத்மவிபூஷண், ரைட் லைவ்லிஹுட், மகசேசே எனப் பல விருதுகள் அவரைக் கவுரவித்தன. தன்னுடைய 94 ஆவது வயதில் அவர் உயிர் நீத்தார்.

●

கவிமனம் கொண்ட அவரின் ஆளுமை மீது மகாகவி தாகூர், மகாத்மா காந்தி, ஆச்சாரிய வினோபா பாவே ஆகியவர்களின் தாக்கத்தை உணர முடிகிறது. இளமையில் சாந்திநிகேதன் மற்றும் வார்தா சேவாக்ராம் ஆசிரமங்களுக்குப் பயணம் செய்துள்ளார். தாகூரின் கவிதையும், காந்தியின் கடவுளும் அவருக்கு மிக நெருக்கம். காந்தியைப் போல் அவரும் மதங்களுக்கு அப்பாற்பட்ட அன்பு, சத்தியம், அச்சமின்மை ஆகியவற்றையே கடவுளாகக் கருதினார். விளக்க இயலாத பேரிருப்பு கடவுள்; காந்தியிடமிருந்து அவர் பெற்றுக்கொண்ட மற்றொரு குணாதிசயம், எதையும் அறிவியல் பூர்வமாக பிடிவாதமின்றி அணுகுவது.

காந்தியுடனும், தாகூருடனும் சிறு சிறு சச்சரவுகளில்கூட ஈடுபட்டிருக்கிறார். அதை எண்ணிப் பெருமையடையவும் செய்கிறார். காந்தி, பாபா ஆம்தேவிடம் "பனைவெல்லத்தை" பிரபலப்படுத்தி மக்களிடம் கொண்டு செல்வதை வாழ்நாள் பணியாக மேற்கொள்ள அறிவுறுத்தினார். பாபா ஆம்தே வாழ்வின் பிற்பகுதியில் இதன் முக்கியத்துவத்தை உணர்ந்து பேசியிருக்கிறார். 'ஒருகால் தான் பனைவெல்லத்தை சமூக பொருளியல் ஓட்டத்தின் பகுதியாக மாற்றி இருந்தால், சர்க்கரை லாபி இன்றிருக்காது, மகாராஷ்டிரத்தில் நிலத்தடி நீர்த் தட்டுப்பாடும் இருந்திருக்காது,' என்றார். பனைவெல்லம் கிராமப்புற வாழ்வாதாரத்தைப் பெருக்கியிருக்கும், மரங்களின் எண்ணிக்கையும் அதிகரித்திருக்கும்.

மார்க்ஸ் மீதும், மாவோ மீதும் அவருக்கு ஈடுபாடு உண்டு. ஆனால் ரஷிய, சீன புரட்சியை அவர் ஏற்கவில்லை. சோவியத்தின் வீழ்ச்சிக்குப் பின்பான காலக்கட்டத்தில் உலகம் காந்தியை நோக்கி திரும்பும் என நம்பினார். "நாளை உனது உதிரமும், இந்த கில்லட்டினில் பதியக்கூடும்.." என்றார். ரத்தப் புரட்சிகளால் அமைதியை நிலைநாட்ட இயலாது என்பதில் தெளிவாக இருந்தார்.

இதேபோல் அவரை நேரடியாக பாதித்த மற்றுமொரு ஆளுமை அவருடைய பள்ளி ஆசிரியர் சேன் குருஜி. மகாராஷ்டிரத்திற்கு அப்பால் அவரைப் பற்றி எவருக்கும் தெரிந்திருக்க வாய்ப்பில்லை. சாதாரணப் பள்ளி ஆசிரியராக இருந்தாலும்கூட சமூக அவலங்களுக்கு எதிராக நுண்ணுணர்வுடன் தொடர்ந்து குரல் கொடுத்தவர் அவர். பண்டரிபுரம் கோவிலுக்குள் தலித் மக்கள் அனுமதிக்கப்பட வேண்டும் எனப் போராடியவர். இறுதியில் சாகும்வரை உண்ணாவிரதமிருந்து அதைச் சாதிக்கவும் செய்தார். அவரிடமிருந்து கற்றுக்கொண்ட 'பலவீனமானது வலுவானதை வெல்ல இயலும், மென்மையானது கடினமானதை வெல்ல இயலும்' எனும் அடிப்படைப் பாடத்தை பாபா இறுதிவரை மறக்கவில்லை.

இயேசு கிறித்துவின் மீதும் பாபா ஆம்தேவிற்கு பெருமதிப்பு உண்டு. இயேசு சிலுவையில் அறையப்பட்டதைக் கவிதைகளாக எழுதியிருக்கிறார்.

“உனது இறுதி மூச்சு பிரிந்த அந்தச் சிலுவை உனது தேவை முடிவுக்கு வந்ததைக் குறிக்கவில்லை, அதில்தான் உமது ஒட்டு மொத்த வாழ்வின் சாரம் அடங்கியிருப்பதாகக் கருதுகிறேன்."

“உன் மேல் செலுத்தப்பட்ட வன்முறையின் அடையாளமாக நான் அதைக் கருதவில்லை. எனக்கு அது பெருங்கருணையின் குரலாகத்தான் கேட்கிறது.”

“சிலுவை... வாழ்வின் மீதிருக்கும் நாட்டத்தை அன்பு மிகுந்த வாழ்விற்காக துறக்கச் சொல்கிறது, நம் மனசாட்சியை உதிரம் கொடுத்தேனும் காக்க வேண்டும்.”

“எங்கு அச்சமிருக்கிறதோ, அங்கு அன்பிருக்க இயலாது. தொழுநோய்க்கு அச்சம், பழங்குடி பகுதியில் தனிமைக்கு அச்சம், இந்த அச்சம் எனும் சோளக்காட்டுப் பொம்மை நம்மை வழிநடத்த அனுமதிக்க இயலாது.”

“நாமனைவரும் அந்தச் சிலுவையின் நிழலில் நடக்க முயல வேண்டும். இதன் பொருள், நீங்கள் பிறரை காப்பாற்றிக் கொண்டு செல்வதற்காகத் தன்னையே இழக்கத் துணிந்த ஆன்மாவின் துணையில் இருக்கிறீர்கள் என்று பொருள்.”

“அவனுடைய சிலுவையின் எடையை என்னால் தாங்க முடியும் என இறுமாப்புடன் என்னால் சொல்ல முடியாதுதான்,

ஆனால் அதன் நிழலில் நடக்க நிச்சயம் என்னால் முடியும். உன் வாழ்வையே சிலுவையைப் போல் வடிக்க வேண்டும்" என்கிறார் பாபா ஆம்தே.

"ஒவ்வொரு பேரழிவும் சிலுவைதான், லட்சியங்கள் சிலுவையில் அறையப்படுகின்றன, காமமும்தான்."

"ஒவ்வொன்றும் தன்னளவில் ஒரு பாடம்தான், அந்தச் சிலுவையின் சுவடுகள் என்றென்றும் உன் வாழ்வில் உள்ளன."

"இன்று தியாகம் செய்ய என்ன திட்டம் வைத்திருக்கிறாய்? நீயும், நானும் சாமானிய ஆன்மாக்கள், நம் பிள்ளைகளுக்காகத் தியாகம் செய்கிறோம். கிறிஸ்து நாளைய ஒட்டுமொத்த உலகிற்காகத் தியாகம் செய்தார்."

"எப்போதெல்லாம் நான் சேரிவாசிகளை பசி பட்டினியில், வறுமையில் காண்கிறேனோ, அப்போதெல்லாம் அவர் இப்படித்தான் சிலுவையில் அறையப்படுகிறார் எனத் தோன்று கின்றது."

"தொழுநோயாளியை காணும்போது, சீழ்வடிந்து நாறும் புண்களைக் காணும்போது, அங்கு அவனுடைய உதட்டுச் சுவடுகளை, அவனது முத்தத்தைக் காண்கிறேன்."

"அவன் காலத்தில் தொழுநோயாளிகளுக்கு என்ன கொடுமைகள் செய்யவில்லை? ஆனால் இந்தத் தச்சனின் மகன் அவர்களுக்காக அக்கறை கொண்டான், அவர்களைத் தொட்டான்."

"அந்த கரங்களே எனது சின்னம், தனித்திருப்பவர்களையும் வழிதவறியவர்களையும் நேசிக்கும் கரங்கள்."

"கிறித்தவன் என்பவன் உலகின் இருண்ட மூலையை மட்டுமல்ல, தன் மனதின் இருண்ட மூலையிலும் கூட ஒளி யேற்றுபவன்."

இயேசுவின் கருணையும் அன்புமே பாபா ஆம்தேவின் வாழ்க்கைச் சாரம் எனக் கொள்ளலாம்.

டி..ஆர். நாகராஜ் காந்தி – அம்பேத்கார் பற்றி குறிப்பிடும்போது "படைப்பூக்கமிக்க பொறுமையின்மை" (creatively impatient) எனும் பதத்தைப் பயன்படுத்துகிறார். இது பாபா ஆம்தேவிற்கும் பொருந்தும். வரலாற்று மாற்றம் மெதுவாக நடந்தேறும்வரை அவர்களால் காத்திருக்க இயலாது. முட்டி மோதி மாற்றத்திற்காகப்

போராடுவார்கள். ஒசா பாபா ஆம்தேவை "பொறுமையற்ற லட்சியவாதி" என்று அழைக்கிறார். எல்லாவகையிலும் பொருத்தமான பெயர்தான்.

பாபா ஆம்தேவின் வாழ்க்கைத் தத்துவத்தை நினைவில் கொள்வது பொருத்தமாக இருக்கும் –

"நான் என் ஆன்மாவைத் தேடினேன், அதை என்னால் கண்டுகொள்ள முடியவில்லை.

நான் என் கடவுளைத் தேடினேன், அவரும் என்னைவிட்டு நழுவிச் சென்றார்.

நான் என் சகோதரனைத் தேடினேன், அங்கு நான் இவை மூன்றையும் கண்டடைந்தேன்". ❑

நன்றி – ஆனந்தவன்
மகாரோக சேவா சமிதி
பாபா ஆம்தே விக்கி பக்கம்

9

அறுபடாத நூல்

காந்திய வழியில் சமூக மேம்பாட்டிற்காக தன் வாழ்வை முழுமையாக அர்பணித்த அந்த 81 வயது ஜர்ணா தாரா சௌத்ரி 2019ஆம் ஆண்டு மறைந்தார். இந்திய அரசு அவருக்கு 2013ஆம் ஆண்டுக்கான 'பத்மஸ்ரீ விருது' அளித்துக் கவுரவித்தது. அவருடைய சொந்தநாடான வங்காள தேசம் அந்நாட்டின் குடிமகனுக்கு அளிக்கப்படும் இரண்டாவது பெரும் விருதான 'எகுஷே பதக்' அளித்துப் பெருமைப்படுத்தியது. தீதியைப் பார்க்க அருகாமை கிராமங்களிலிருந்து தினமும் பெண்களும் குழந்தைகளும் ஜயாக் காந்தி ஆசிரமத்திற்கு வந்தவண்ணம் இருந்தனர். தன்னைக் காண வரும் விருந்தினர்களை மெல்லிய புன்முறுவலோடும், உள்ளமெல்லாம் அன்போடும் உபசரித்தவர் குமாரி. ஜர்ணா தாரா சௌத்ரி.

சுமார் 25, 000 ஏழை குடும்பங்களுக்கு வாழ்வாதாரங்களை அமைத்துக் கொடுத்து அவர்களுக்கு வளமான வாழ்வை உறுதி செய்த பெருமை அவரையே சென்று சேரும். ஜமன்லால் பஜாஜ் அமைப்பு, 'இந்தியாவிற்கு அப்பாலுள்ள இந்தியரல்லாத சிறந்த காந்தியவாதி' என்ற வகையில் 1998ஆம் ஆண்டு அவருக்கு விருது வழங்கிக் கௌரவித்துள்ளது. 2010ஆம் ஆண்டு அவருக்கு மேற்கு வங்க கவர்னரால் இந்திய அரசு வழங்கும் காந்தி புரஸ்கார் விருது வழங்கப்பட்டிருக்கிறது.

1946ஆம் ஆண்டின் பிற்பகுதியில் முஸ்லீம் லீக் விடுத்த நேரடி செயல்பாடு அறைக்கூவலையடுத்து வங்காளத்தில் வன்முறை கிளர்த்து எழுந்தது. எந்த விழுமியங்களை காந்தி தன்

வாழ்விற்கும் மேலாகப் போற்றினாரோ அவை அத்தனையும் பொய்த்த தருணங்கள் அவை. கலவர பூமி உயிர்களைப் பாரபட்சமின்றி உள்ளிழுத்துக் கொண்டிருந்தது. நூற்றி இருபத்தைந்து வருடங்கள் வாழ வேண்டும் என்று விரும்பியவர். அவருடைய இறுதிக் காலங்களில் இந்த கிழவன் இனி இவர்களுக்குத் தேவையில்லை, "இறைவா! இவனை அழைத்துக்கொள்" என்றார். உடல்களிலிருந்து உதிரம் எங்கும் வழிந்தோடிக் கொண்டிருந்தது, உள்ளத்திலிருந்த வெறுப்பின் சீழ் கட்டிகள் வெடித்து அனைவரின் உள்ளங்களையும் நிறைத்தது. வெறுப்பு ஒரு தொற்று நோய்போல அப்பிராந்தியத்தில் அனைவரையும் பீடித்தது.

காந்தி அறிக்கைகள் விடவில்லை, ராணுவத்தை உதவிக்குக் கோரவில்லை, வருத்தம் தெரிவித்துவிட்டு தன் மற்ற வேலைகளைப் பார்க்கச் செல்லவில்லை. கருணையை உள்ளத்தில் சுமந்து கொண்டு, கையில் ஓர் தடியை ஊன்றி தன் அணுக்கத் தொண்டர்கள் உடன்வர கலவர பூமிக்கே சென்றார். 'நவகாளி யாத்திரை' என்றழைக்கப்படும் அந்தப் பயணம் ஓர் மனிதனின் ஆன்ம பலத்தின் மகத்துவத்தை பறைசாற்றவல்ல நெகிழ்ச்சியான நிகழ்வு.

நவகாளியை ஒட்டியுள்ள அறுபது கிராமங்களுக்கு காந்தி பயணம் மேற்கொண்டார். துயரத்தில் தூக்கியெறியப்பட்ட ஒவ்வொரு மனிதரின் கண்ணீரையும் துடைத்தார். மெல்ல அங்கு அமைதி திரும்பியது, நான்கு மாத வாசத்தை முடித்துக்கொண்டு ஜனவரி 29 அங்கிருந்து புறப்பட்டார். நவகாளி தாலுகா ஜயாக் கிராமத்தை பூர்வீகமாகக் கொண்டவர், லக்னோவில் வழக்கறிஞராகப் பணிபுரிந்தவர், நிலச்சுவான்தார் பாரிஸ்டர் ஹேமந்த் குமார் கோஷ். அவர் காந்தியப் பணிக்காகத் தன் சொந்த நிலமான சுமார் இரண்டாயிரத்து ஐநூறு ஏக்கரை காந்திக்கு கொடுத்தார். 'அம்பிகா கலிங்க அறக்கட்டளை' எனும் பெயரில் ஓர் சேவை அமைப்பு அங்கு தொடங்கப்பட்டது. காந்தி அமைதி முகாம் அங்கு இடம் மாற்றப்பட்டு செயல்படத் தொடங்கியது. பின்னர் 1949ஆம் ஆண்டு பதிவு செய்யப்பட்டது. ஜனவரி 29அன்று அங்கிருந்து புறப்படும்முன் காந்தி தன்னுடைய தொண்டர்களை அங்கு தொடர்ந்து பணியாற்றுமாறு பணித்து, தான் பின்னர் திரும்புவதாகக் கூறியிருந்தார், ஆனால் அடுத்த ஜனவரி இறுதியில் காந்தி உயிரோடு இல்லை.

ஆயிரம் காந்திகள் | 103

1938ஆம் ஆண்டில் வங்காளதேசத்தில் உள்ள லக்ஷ்மிபூர் அருகே ஓர் கிராமத்தில் பிறந்த குமாரி .சௌத்ரி காந்தியை நேரில் ஒரு முறைகூட சந்தித்ததில்லை. 1946-47ஆம் ஆண்டுகளில் வெடித்த கலவரங்களின்போது எட்டு வயதுச் சிறுமியாக இருந்தார். அவர், கலவரம் ஏற்படுத்திய காயங்களை இன்றும் தன் நினைவில் சுமக்கிறார். கொலையும் வல்லுறவும் குடும்பங்களை சிதைத்த நினைவுகள், கிராமங்கள் ஒட்டுமொத்தமாக கொளுத்தப் பட்ட நிகழ்வுகள் போன்றவை அவருள் ஆழமான காயங்களை ஏற்படுத்தியது. அதன் வடுக்கள் இன்றும் எஞ்சியுள்ளன. ஜர்ணா தீதியின் பூர்வீக வீடும் கொளுத்தப்பட்டது அவர்கள் குடும்பத்தோடு அருகில் உள்ள அஸ்ஸாமிற்கு இடம்பெயர்ந்தார்கள். வங்காளம் இயல்பு நிலைக்குத் திரும்பிய பின்னரே அவர்கள் ஊருக்கு திரும்பினார்கள்.

காந்தியக் கல்வி முறையின் மீது சௌத்ரிக்கு ஆழ்ந்த நம்பிக்கை உண்டு. அவருடைய இளமைக் காலத்தில் பெண்கள் எளிதாகக் கல்வி கற்க முடிந்ததில்லை எனும் வருத்தம் அவருக்கு வாழ்நாள் முழுவதும் இருந்தது. 'வாய்ப்புக் கிடைத்திருந்தால் நானும் படித்திருப்பேன்' என்று வருந்தினார் ஜர்ணா தீதி. அவர் தன்னுடைய 17 ஆவது வயதில் 1954ஆம் ஆண்டில் தனது சகோதரியுடன் இணைந்து கிராமத்தில் ஓர் பள்ளிக்கூடத்தைத் தொடங்கினார். முறையான கல்வி ஏதும் கற்காமல், வெறும் கேள்வி ஞானத்தைக் கொண்டு, எவ்விதப் பொருளாதாரப் பின்புலமும் இல்லாமல் ஏதோ ஒரு துணிச்சலில் அந்தப் பள்ளியைத் தொடங்கினார்கள் அவர்கள். வாரம் ஒரு நாள் முழுப் பட்டினி கிடந்து, அந்தக் காசை சேமித்து, பள்ளியை அவர்கள் நடத்தினார்கள். பல எதிர்ப்புகள், கிண்டல்கள், கேலிகள் என்று எத்தனையோ தடைகள், அத்தனையும் மீறி மெல்ல மாணவர்கள் வரத் தொடங்கினர்.

அக்கம்பக்கம் இந்தச் செய்தி மெல்லப் பரவியது. அரசின் கவனத்திற்கு வந்தது, அந்த பகுதியில் வேறு பள்ளி ஏதும் இல்லாததால் அதை அங்கீகரிக்கும் முடிவில் அரசு அதிகாரிகள் குழு ஒன்று பள்ளியைப் பார்வையிட வந்தது. அந்நேரத்தில் அருகாமை கிராமத்தில் பட்டம் பெற்ற வேலையில்லாப் பட்டதாரி இளைஞர் ஒருவர் இருந்தார். ஜர்ணா தீதியும், அவரது சகோதரியும் முறையாக கல்வி முடிக்கவில்லை எனும் காரணத்தை சுட்டிக் காட்டி தனக்கு அந்த வாய்ப்பு வேண்டும் என அந்த இளைஞர் கோரியதால் அரசு அவருக்கு நிலமும்

நிதியும் ஒதுக்கி கொடுத்தது. சௌத்ரி சகோதரிகளுக்கு இது பெரும் அதிர்ச்சியை அளித்தது. மனமுடைந்த அவர்கள் 1960ஆம் ஆண்டில் அவர்களுடைய பள்ளியை மூட வேண்டியதாயிற்று.

அதன் பின்னர் சாரு சௌத்ரியை சந்திக்க நேரிட்டது தங்கள் வாழ்வில் பெரும் திருப்பு முனையாக அமைந்ததாக நினைவு கூர்ந்தார் தீதி. காந்தியக் கோட்பாடுகளைப் பற்றிய ஆழமான அறிமுகம் சாரு தாதா மூலமே தங்களுக்கு நிகழ்ந்த தாகக் கூறுகிறார். பல காந்தியர்களை அங்கு சந்தித்தார். தேபேந்திர நாராயண சர்க்கார், மதன் மோகன் சட்டோபாத்யாய, ரஞ்சன் குமார் தத்தா, விஸ்வ ரஞ்சன் சென், அஜித் குமார் தே, ஜீபன் கே.சாஹா, ஷட்டநாரயண ஜி போன்றவர்கள் அவர்களில் முக்கியமானவர்கள்.

காந்தி தன்னுடைய தொண்டர்களில் ஒன்பது பேரை அங்கு பணியாற்றப் பணித்திருந்தார். காந்தியின் மரணம் அவர்களை உலுக்கியது. பலர் பிரிவினைக்குப் பின் நாடு திரும்பியிருந்தனர். இவர்கள் அங்கு தங்கி பணிகளைத் தொடர்ந்து மேற்கொண்ட வர்கள். காந்தி என்றேனும் ஆன்ம ரூபமாய்த் திரும்பி வருவார் என்பதே அவர்களுடைய ஒரே நம்பிக்கையாக இருந்தது.

கிழக்கு வங்காளம் பாகிஸ்தானின் ஒரு பகுதியாகச் சென்ற வுடன், அங்குள்ள காந்தியர்கள் பல சோதனைகளைச் சந்திக்க நேர்ந்தது. அவர்களை இயங்க விடாமல் அரசு பல தடைகளை ஏற்படுத்தியது. காந்தியர்கள் தேசத் துரோகிகளாகவும், இந்தியர் களுக்கு உளவு சொன்னதாகவும் குற்றம் சாட்டப்பட்டார்கள். அஜித் குமார் தே, ஜீபன் கே.சாஹா, தேபேந்திர நாராயண சர்க்கார், மோகன் சட்டோபாத்யாய – ஆகிய நால்வரும் பாகிஸ்தான் ராணுவத்தினரால் சுட்டுக் கொல்லப்பட்டார்கள். சாரு சௌத்ரி பல வருடச் சிறை வாசத்திற்குப் பிறகு வங்கதேசம் உருவானதைத் தொடர்ந்து விடுதலை செய்யப்பட்டார்.

ஆந்திராவிலிருந்து அங்கு வந்த ரெட்டிபள்ளி ஷட் நாராயண ஜி ஹோமியோபதி மருத்துவம் பார்த்துதான் சம்பாதித்த பணத்தைக் கொண்டு தனியாளாக பாலங்கள், சாலைகள், விளக்குகள், மற்றும் ஏழைகளுக்கு குடிசைகள் அமைத்துக் கொடுப்பது என்று பல சமூக பணிகளில் ஆக்கப்பூர்வமாகச் செயல்பட்டார். வங்கதேச சுதந்திரத் தியாகிகளாக இவர்களில் பலரும் இன்றும் நினைவுகூரப்படுகின்றனர்.

முதல் முறை சாரு சௌத்ரியை கொமிலியாவில் சந்தித்தது தீதியின் வாழ்வில் திருப்பத்தைத் தந்தது. அப்போது சாரு தாதாவிற்கு சௌத்ரி சகோதரிகள் கடிதம் எழுதலாமா என்று கேட்க, நாலு கடிதங்களுக்கு ஒரு கடிதம் பதில் எழுத முயற்சி செய்கிறேன் என்று சிரித்துக்கொண்டே பதிலளித்தார். சகோதரிகள் ஒவ்வொரு முறையும் நான்கு கடிதங்களைச் சேர்த்தே அனுப்பினார்கள். தன்னை வீழ்த்தி விட்டதாகவும், தான் இனி பதில் எழுதுகிறேன் என்றும் சாரு தாதா சிரித்துக்கொண்டே சொன்னது அவருடைய நினைவில் பதிந்துள்ளது. 1990ஆம் ஆண்டு சாரு தாதா மறைந்தார். அவருக்கு பின்பு காந்தி ஆசிரமத்தின் தலைமைப் பொறுப்பை ஜர்ணா தாரா சௌத்ரி ஏற்றுக் கொண்டார்.

அறக்கட்டளைக்குச் சொந்தமான சுமார் 2500 ஏக்கரை சமூக விரோதக் கும்பல் ஒன்று கையகப்படுத்தியது. நீதிமன்றம் வழக்கு என்று அலைந்து திரிந்த பின்பு வெறும் 25 ஏக்கர் நிலத்தை மட்டுமே மீட்க முடிந்தது. வங்கதேசம் சுதந்திர நாடாக உருவான பிறகு, முஜிபுர் ரஹ்மான் உதவியால் 'காந்தி ஆசிரம அறக்கட்டளை' எனும் புதிய பெயரில் 1975 முதல் இயங்கத் தொடங்கியது.

பல்வேறு சவால்களுக்கு இடையே இன்று காந்தி ஆசிரம அறக்கட்டளை வெற்றிகரமாக சுமார் நான்கு தானாக்களில் உள்ள நூறு கிராமங்களுக்கு சேவையாற்றுகிறது. நவகாளி ஆசிரமம் ஒரு பள்ளியையும் நிர்வகித்து வருகிறது. "அரசு உதவாமல் இதை எப்படி நடத்துவது என்பது புரியவில்லை, அரசுப் பள்ளிகள் அளவிற்கு எங்களால் அவர்களுக்குச் சம்பளம் அளிக்க இயலவில்லை எனினும் கூட, ஆசிரியர்கள் அபாரமாக உழைக்கிறார்கள், ஆனால் இப்படியே எத்தனை நாள் ஓடும் என்று தெரியவில்லை" என்று தன் கவலையைப் பகிர்ந்து கொண்டார் தீதி.

அவருடைய பள்ளி மாணவர்கள் சமூகப் பிரக்ஞையோடு திகழ்கிறார்கள். வெறும் ஏட்டுப் படிப்பு மட்டும் அவர்களை சுற்றியுள்ள சூழலையும், சமூகத்தையும் புரிந்துகொள்ள உதவாது. 'மாணவர்களை நெறிப்படுத்துவதன் மூலமே சமூக மாற்றங்கள் நிகழ முடியும்' என்று அவர் ஆழமாக நம்புகிறார். அவர்கள் ஒவ்வொருவரையும் ஆக்கப்பூர்வமான சமூக பணியில் ஈடுபடச் செய்ய வேண்டும் என்பதே ஜர்ணா தீதியின் கனவு.

தலித் மேம்பாடு, பெண்கள் மேம்பாடு, காந்தியக் கல்வி, பெண்களுக்கான பயிற்சி பட்டறை போன்றவற்றை காந்தி ஆசிரமம் நிர்வகித்து வருகிறது. மூன்று அறைகளைக் கொண்ட ஓர் காந்தி அருங்காட்சியகமும் இங்கு 2000ஆம் ஆண்டு முதல் செயல்படுகிறது. இங்கு காந்தியின் குழந்தைப் பருவத்திலிருந்து இறக்கும் தருவாய் வரை எடுக்கப்பட்ட நூற்றி இருபது புகைப்படங்கள், ராஜ்காட்டிலிருந்து எடுத்துவரப்பட்ட அவருடைய அஸ்தியின் ஒரு பகுதி. பிரபல சிற்பி கௌதம் பால் வடித்த காந்தியின் வெண்கலச் சிற்பம், காந்தி நவகாளி வந்த போது அணிந்த ஆடைகள், மற்றும் சில ஆவணங்களும், கடிதங்களும் பார்வைக்கு வைக்கப்பட்டுள்ளன.

ஜர்ணா தீதி திட்டமிடலுக்கும், விருந்தோம்பலுக்கும் பெயர் போனவர். ஆசிரமத்திற்கு வருகை தரும் ஒவ்வொரு விருந் தினரையும் கவனித்துக் கொள்வதில் தொடங்கி ஆசிரம நிர்வாகத்தின் அன்றாடப் பணிகள் வரை அனைத்தையும் நுணுக்கமாகப் பார்த்துப் பார்த்து முழு ஈடுபாட்டுடன் செய் பவர். காந்தியின் கொள்கைகளை முழுவதுமாக உள்வாங்கி, வாழ்வில் நடைமுறைபடுத்தும் வெகு சில நிகழ்கால காந்தியர்களில் அவரும் ஒருவர். 'வன்முறையற்ற ஓர் சமூகத்தை உருவாக்குவதில் நாம் புதிய யுத்திகளை நோக்கி, நம்மை திறந்து வைத்திருக்க வேண்டும்' என்கிறார் அவர்.

இந்து இஸ்லாமிய கலவரத்தை அமைதிப்படுத்தத் தொடங்கப் பட்ட அமைப்பு இது. காந்தி ஆசிரமம் அதற்காகக் கடுமையாக இத்தனை ஆண்டுகள் உழைத்து வருகிறது. எழுபதுக்கும் அதிகமான ஆண்டுகள் கழிந்து விட்டன. இப்பொழுதைய நிலைமை என்ன?

"இப்பொழுது எத்தனையோ மாற்றங்கள் நிகழ்ந்து விட்டன. முன்னைக் காட்டிலும் எத்தனையோ பரவாயில்லை. காந்திஜியின் வருகைக்குப்பின் இங்கு ஏதும் பெரிய மதக்கலவரங்கள் வெடிக்க வில்லை. அவருடைய அமைதி யாத்திரை இங்கு மாபெரும் விளைவுகளை ஏற்படுத்தியுள்ளது" என்கிறார் ஜர்ணா தீதி பெருமையுடன்.

"காந்தி நவகாளி வந்தபோது விதைத்த விதையிலிருந்து முளைவிட்ட செடி இன்னும் முழுதாக வளரவில்லை என்றாலும் அது சரியான திசையில் வளர்ந்துகொண்டுதான் உள்ளது. பல ஏற்ற இறக்கங்கள், களையெடுப்பு, சுத்திகரிப்பு என்று அது சில

இடங்களில் வளரவும் சில இடங்களில் அது உதிரவும் செய்கிறது" என்கிறார் ஜர்ணா தீதி. தீதி காந்தியை உயிருடன் சந்தித்ததே இல்லை. காந்தி சர்க்காவில் நூர்க்கத் தொடங்கிய நூல், அறுபடாத மானுட அறமாக ஒட்டுமொத்த மானுடத்தையும் பிணைந்து நீண்டுகொண்டேதான் இருக்கிறது, சர்க்கா மாறலாம், சுற்றும் நபரும் இடமும் மாறலாம். ஆனால் எப்போதும் சக்கரம் சுழன்றுகொண்டே தான் இருக்கிறது. அந்த சக்கரத்தை வெறும் தசைகளும் மூட்டுகளும் இயக்கவில்லை, மானுடத்தின் பாலுள்ள தீராத அன்பும், மானுட நன்மையின் மீதான அசைக்கமுடியாத நம்பிக்கையுமே இயக்குகிறது. ❑

நன்றி

காந்தி ஆசிரம அறக்கட்டளை – இணைய பக்கம்

ஜர்ணா தார சௌத்ரி – பி.பி.சி கட்டுரை

10
நான் மலாலா

மேற்கத்திய ஊடகங்களின் செல்லப்பிள்ளையாக உலகெங்கும் அவர் கொண்டாடப்பட்ட காலத்தில், என் முன் நிறுத்தப்பட்ட பிம்பம் ஒன்றும் அத்தனை உவப்பானதாக இல்லை. குழந்தைகளின் இளமையையும் துடுக்குத்தனத்தையும் களவாடி வாழ்க்கை வணிகத்திற்குத் தேவையான சரக்கு மூட்டைகளை முதுகில் ஏற்றி, முதிரா இளம் பருவத்திலேயே போட்டிக் களத்தில் இறக்கி ஓடவிட்டு, ஆராதிக்கும் அன்னையர்களும் தந்தையர்களும் நிறைந்த சமூகத்தில் பலிகடா ஆவதென்னவோ குழந்தைகள்தான். தம் பிள்ளைகள் பிறவி மேதைகள் என்று நம்பும் உரிமை ஒவ்வொரு பெற்றோருக்கும் உண்டுதான். எனினும், பெரும்பாலும் அவர்களுடைய நியாயமற்ற எதிர்பார்ப்புகளின், கனவுகளின் சுமையில் மழலை மேதைகள் தங்கள் சுயத்தைக் கண்டறிவதற்கு முன்னரே, போலியான பாவனைகளில் தங்களை இழந்து சுவடின்றி மறையும் நிகழ்வுகள்தான் இங்கு மீண்டும், மீண்டும் நிகழ்கின்றன. மலாலாவும் அரசியல் காரணங்களுக்காக அப்படி ஊதிப் பெருக்கப்பட்ட பிம்பம் என்றொரு மனப்பதிவு எனக்கிருந்தது. அவர் பங்குகொண்ட ஒரு உரையாடல் நிகழ்ச்சி அந்த மனப் பதிவை மறுபரிசீலனை செய்ய வைத்தது. அதன் பின்னர்தான் அவருடைய சுயசரிதையை வாசிக்கத் தொடங்கினேன்.

மலாலாவின் நூல் அவருடைய வாழ்க்கைக் கதை என்பதைத் தாண்டி இஸ்லாமிய அடிப்படைவாதத்தின் கோரமுகத்தினுடைய ஆவணமும்கூட. புறத்தோற்றம் வெவ்வேறாக இருப்பினும்,

உலகெங்கும் அடிப்படைவாதத்தின் குரல்கள் ஒன்றுபோலத்தான் ஒலிக்கின்றன. அவற்றுக்கு வருங்காலத்தின் மீது நம்பிக்கை இல்லை, அது கட்டமைக்க விரும்பும் பொன்னுலகம் என்பது நூற்றாண்டிற்கு முன்னால் என்றோ, எங்கோ உயிர்த்திருந்ததாக நம்பப்படும் ஒரு கடந்தகாலம் மட்டுமே. அந்தப் பொற்காலத்தை நோக்கி திரும்புங்கள் எனும் குரல்கள் உச்ச விசையில் ஒலித்துக்கொண்டே இருக்கும். முதலில் 'பிறரைக்' கட்டமைக்கும், பின்னர் தன்னுள் துரோகிகளை அடையாளம் காணும், அதிகாரம் கைவரும்வரை ஒரு குரல் ஒலிக்கும், அது கைவந்தவுடன் வேறொரு தொனிக்கு மாறும். தன்னைத் தவிர பிற அனைத்தையும் நிராகரிக்கும். தனது நம்பிக்கைகளைக் கேள்விக்குட்படுத்தும் தரப்புகளை, ஆதாரங்களை திரிபுகள் என்று நிராகரிக்கும். எவருக்கோ தங்கள் விசுவாசத்தை நிருபித்துக்கொண்டே இருக்க வேண்டும். எதிர்த்தரப்புகளுடன் ஆக்கப்பூர்வமாக உரையாடு வதற்கு அது தயாராக இருப்பதில்லை. எதிர்தரப்பை அடக்கி ஒடுக்கியும், அச்சத்தின் வழியாகவும் தனது அதிகாரத்தை நிலைநிறுத்திக்கொள்ளும்.

ஸ்வாத் சமவெளியில் யூசுப்சாய் குழுவைச் சேர்ந்த ஜியாவு தீனுக்கும் டோர் பீகாய்க்கும் அக்டோபர் 12, 1997 அன்று பிறந்த முதல் குழந்தைதான் மலாலா. பெண் குழந்தைகளைச் சுமையாகப் பார்க்கும் சமூகத்தில், ஆண் வாரிசுகளை மட்டும் வம்ச விருட்சத்தில் இணைக்கும் போக்கிற்கு மாறாக ஜியாவுதீன் மலாலா பெயரையும் சேர்க்கிறார். ஜியாவுதீன் முற்போக்கு சிந்தனைகள் கொண்ட கவிஞர், கள செயற்பாட்டாளர், கல்வியாளர். 1880களில் வெடித்த இரண்டாம் ஆங்கிலேய – ஆப்கானிய போரில் மேவாந்த் (meiwand) மாகாணத்து மலாலாய் எனும் பெண், ஆப்கானிய பஷ்தூன்களுக்கு பெரும் ஊக்கமாகத் திகழ்ந்தார். இன்றளவும் பெரும் நாயகியாகப் போற்றப்படுகிறார். அவருடைய பெயரைத்தான் ஜியாவுதீன் தன் மகளுக்குச் சூட்டினார். மின்கோரா எனும் நகரத்தில் பிறந்து வளர்ந்து, தந்தை உருவாக்கிய பள்ளியிலேயே கல்விகற்றார்.

தாலிபான்கள் செல்வாக்கடையத் தொடங்கியதும், பல கட்டுப்பாடுகளை விதிக்கத் தொடங்கினர். மீறுபவர்களுக்குத் தண்டனைகள் வழங்கப்பட்டன. அப்படி அவர்கள் முன்வைத்த ஒரு விதிமுறைதான் பெண்கள் கல்வி கற்கக் கூடாதென்பது. பல பள்ளிகள் குண்டு வைத்துத் தகர்க்கப்பட்டன. 'குல்மகாய்' எனும் புனைபெயரில் தாலிபான் ஆளுகைக்கு வாழ்வதை பற்றிப்

பி.பி.சியின் துணையுடன் பனிரெண்டாவது வயதில் வலைப் பக்கத்தில் எழுதினார். அதற்கு உலகெங்கிலும் நல்ல வரவேற்பு இருந்தது.

இதற்கிடையில், பெண் கல்வியின் அடையாளமாக உலகெங்கும் மலாலா அறியப்படுகிறார். பாகிஸ்தானின் பல பகுதிகளுக்கு பயணம் செய்கிறார். தாலிபான் அவருடைய உயிருக்கு குறிவைக்கிறது. அக்டோபர் 9, 2012 அன்று பள்ளி முடித்து இல்லம் திரும்பும் வழியில் பள்ளிப் பேருந்தில் முகம் மூடிய ஒரு தாலிபானால் சுடப்படுகிறார். குண்டு மண்டை ஓட்டுச் சில்லை உடைத்துக்கொண்டு தோள்பட்டைக்குள் புகுந்துவிடுகிறது. மலாலாவிற்கு அருகிலமர்ந்த இரு சிறுமிகளும் குண்டடி படுகின்றனர்.

கவலைக்கிடமான நிலையில் உயிர்காக்கும் சிகிச்சைக்காக பிரித்தானியாவில் உள்ள பிர்மிங்காம் நகரத்து ராணி எலிசபெத் மருத்துவமனைக்கு கொண்டு செல்லப்படுகிறார். உயிர் பிழைத்து ஐக்கிய நாடுகள் சபையில் உரையாற்றுகிறார். நோபல் பரிசும் கிடைக்கிறது. இன்றும் உலகெங்கிலும் பல்வேறு அமைப்புகள் அவரைக் கவுரவித்த வண்ணம் உள்ளன. ஐக்கிய நாடுகள் சபை உலகெங்கிலும் உள்ள குழந்தைகளின் கல்வி உரிமைக்காக "நான் மலாலா" என்றொரு திட்டம் அறிவித்தது. அதன்படி உலகெங் கிலும் வெவ்வேறு காரணங்களால் பள்ளிக் கல்வியைத் தொடர முடியாமல் போன 61 மில்லியன் குழந்தைகளுக்கு 2015ஆம் ஆண்டுக்குள் கல்வியளிக்கப்பட வேண்டும் என அறிவுறுத்தியது. இப்போது திருமணம் முடித்து லண்டன் வாசியாக உள்ளார். சுருக்கமாக இதுதான் மலாலாவின் கதை.

பூவுலகத்து விண்ணகரம் போல் அழகும், அமைதியும் ததும்பும் ஸ்வாத் சமவெளியில் இன்று மக்கள் புழங்குவதற்கே அஞ்சுவது ஏன்? தாலிபான்களும், பாகிஸ்தானிய உளவமைப்பும், பாகிஸ்தானிய ராணுவமும், அமெரிக்க ராணுவமும் அவரவர் வழியில் தங்கள் இருப்பையும், பாதுகாப்பையும் உறுதி செய்ய விளையாடும் போர்க்களமாக ஸ்வாத் மாறிப் போனது துரதிருஷ்டம்தான்.

மலாலாவின் குரல் தேசப்பற்று கொண்டுள்ள பாகிஸ்தானியின் குரல்தான். அதேவேளை, பஷ்துூன்களின் தேசிய அடையாளத்தைப் பெரிதாக நிராகரித்து, இவர் எழுதவும் இல்லை என்பது கவனிக்கத்தக்கது. இந்திய – பாகிஸ்தான் உறவை, காஷ்மீர்

பிரச்சனையை பாகிஸ்தான் கோணத்திலிருந்து காண்கிறார். ஆனால் அவற்றை எல்லாம் கடந்து "ஒருவேளை நாம் இந்தியாவை விட்டு பிரியாமல் இருந்திருந்தால் நன்றாக இருந்திருக்குமோ? என்று தந்தையிடம் வினவினேன். பாகிஸ்தான் உருவாவதற்கு முன்னர் இந்துக்களும் இஸ்லாமியர்களும் எப்போதுமே சண்டையிட்டுக்கொண்டிருந்தனர் என்ற எண்ணமே எனக்கிருந்தது. ஆனால் எங்களுக்கான தேசம் கிடைத்த பின்னரும் சண்டை தொடர்ந்து கொண்டுதானிருக்கிறது, இம்முறை மொஹாஜீர்களுக்கும் பஷ்தூன்களுக்கும் இடையிலும், சுன்னிகளுக்கும், ஷியாக்களுக்கும் இடையிலும்...சிந்திக்கள் அடிக்கடி பிரிவினை பற்றிப் பேசுகிறார்கள், பலூசிஸ்தானில் போர் நடந்துகொண்டு தானிருக்கிறது, தொலைவில் விலகி இருப்பதால் அவ்வளவாக வெளியில் தெரிவதில்லை. இத்தனை போர்களின் காரணமாக எமது தேசத்தை மீண்டும் துண்டாக்க வேண்டியிருக்குமோ?" எனும் கேள்வியை எழுப்ப அவரால் முடிகிறது.

சர்வதேச அரசியல் பின்னல்களுக்கு அப்பால், மலாலாவின் சரிதை என்பது ஒரு சிறுமி தனக்கான, தன்னையொத்த சிறுமி களுக்கான ஒரு வெளியை, உலகத்தை தக்கவைத்துக் கொள்ள நடத்தும் போராட்டம் எனும் சித்திரமே மேலெழுகிறது. தோழிகளும், சின்னச் சின்ன ஊடல்களும், விளையாட்டுகளும், தொலைக்காட்சியும், அழகுசாதனங்களும், பள்ளியும், புத்தகங்களும், கணினியும் – ஸ்வாத் சமவெளியின் இஸ்லாமிய சிறுமி மலாலா என்றில்லை, உலகெங்கிலும் பதின்ம வயதை எட்டும் சிறுமிகளின் உலகம் இப்படித்தான் இருக்கிறது. நியாயமான இந்த வாழ்க்கைக்குதான் அவர் ஏங்குகிறார். "பாகிஸ்தானில் பெண்கள் சுதந்திரம் வேண்டும் எனக் கூறினால், நாங்கள் எங்கள் தந்தையர், சகோதரர், அல்லது கணவர் சொல்பேச்சைக் கேட்க விரும்பவில்லை என்று மக்கள் எண்ணிக் கொள்கின்றனர். ஆனால் உண்மை அதுவல்ல! எங்கள் வாழ்க்கை முடிவுகளை நாங்களே எடுக்க வேண்டும் என விரும்புகிறோம். நாங்கள் பள்ளிக்குச் செல்லவோ அல்லது பணிக்குச் செல்லவோ சுதந்திரம் வேண்டும் என்கிறோம். குர்ரானில் எங்குமே பெண்கள் ஆண்களை நம்பித்தான் இருக்க வேண்டும் என அறிவுறுத்தப்படவில்லை" என்றுரைக்கின்றார்.

ஸ்வாத் பகுதியில் தாலிபான் ஆதிக்கம் செலுத்தத் தொடங்கிய காலக்கட்டத்தின் சித்திரத்தை அளிக்கிறார். முதலில் எளிய நியாயமான போதனைகளாக, இலவச வானொலி வழியாகத்தான் தொடங்கியது. உண்மை இஸ்லாமுக்கான தேடல் எனப்

பறைசாற்றிக் கொண்டது. மக்கள் பரவலாகக் கவனிக்கத் தொடங்கினர். 'மது, மாது, பீடி, புகையிலை, போதை போன்ற பொது எதிரிகளை அடையாளம் காட்டி, அவற்றைக் கைவிட்டுத் தூயவனாக வாருங்கள்' என்று அழைப்பு விடுக்கப்பட்டது.

மக்கள், குறிப்பாக மலாலாவின் அன்னை உட்பட பெண்கள் அவர்களுக்கு ஆதரவாக இருந்ததாகச் சொல்கிறார் மலாலா. பணமும் ஆதரவும் குவிந்தது. தொலைக்காட்சிகள் சாத்தானின் கருவிகள் என சபிக்கப்பட்டன. தானாக முன்வந்து தொலைக்/காட்சிப் பெட்டிகளை எரித்தவர்களின் பெயர்கள் வானொலியில் பாராட்டப்பட்டன. சி.டி கடைகள் உடைக்கப்/பட்டன. இஸ்லாமாபாதில் உள்ள மிகப்பெரிய பெண்கள் மதரசாவை சேர்ந்த புர்கா அணிந்த பெண்கள் சி.டி கடைகளையும் தொலைக்காட்சிகளையும் ஊர்வலமாகச் சென்று அடித்து நொறுக்கினர். சந்தையில் நடனமாடி வந்த 'ஷப்னா' எனும் நாட்டியக்காரியை நடனமாட வற்புறுத்தி, அவள் அதற்குரிய, உடையில் வந்தவுடன் தோட்டாக்கள் அவளைத் துளைத்தன. 'இனி நடனமாட மாட்டேன்' என அவள் கெஞ்சியும் எவரும் அவளுடைய குரலுக்குச் செவி சாய்க்கவில்லை. நகர் மத்தியில் உள்ள சதுக்கத்தில் பிறரை எச்சரிக்கும் வண்ணம் அவளுடைய சவத்தை இழுத்துப்போட்டு விட்டுச் சென்றனர். ஒலிகுறைத்து திருட்டுத்தனமாகத்தான் தொலைக்காட்சி கண்டனர் மக்கள். வீட்டுக் கதவுகளில் ஒட்டுக்கேட்டு சடாரென்று உள்நுழைந்து தொலைக்காட்சிப் பெட்டிகளை உடைக்கும் சம்பவங்கள் எல்லாம் அடிக்கடி நடந்ததாக மலாலா எழுதுகிறார்.

பாகிஸ்தான் தனித்துப் பிரிந்து சென்றது முதல் பல்வேறு இக்கட்டுகளைச் சந்தித்து வருகிறது. பாகிஸ்தானின் தந்தை ஜின்னா 1948ஆம் ஆண்டிலே மறைந்தார். அதன் பின்னர் லியாகத் அலிகானின் மரணம். பின்னர் ஜியா உல் ஹக்கின் ராணுவ ஆட்சி. ஜுல்பிகார் அலி புட்டோவின் மரணம். முஷரப்பின் ராணுவ ஆட்சி என நிலையற்ற பாகிஸ்தான் அரசுதான் பல நிர்வாகச் சிக்கல்களுக்கு காரணம், தாலிபான்கள் எல்லாவற்றையும் மாற்றி புதிய வெளிச்சத்தைப் பாய்ச்சுவர் எனப் பலரும் நம்பியதாகச் சொல்கிறார் மலாலா.

மக்களால் தேர்ந்தெடுக்கப்பட்ட அரசும், ராணுவமும், உளவு அமைப்பும் ஆளுக்கொரு பக்கம் தேசத்தை இழுத்துச் சென்றனர். தாலிபான்கள் ஸ்வாத் சமவெளியில் சோதனைச் சாவடிகள்

அமைத்திருந்தனர். அருகில் கூப்பிடு தூரத்தில் ராணுவமும் சோதனைச் சாவடி அமைத்திருக்கிறது. ஆனால் வெளியுலகிற்கும், அமெரிக்காவிற்கும் தாலிபான்களை ஒடுக்குவதற்கான நட வடிக்கைகளில் ஈடுபட்டு வருவதாகச் சொல்லப்பட்டது.

அமேரிக்கா ஒசாமாவைப் பிடிக்க பாகிஸ்தானின் உதவியை நாடியது. தேடுதல் வேட்டைக்காக பில்லியன் டாலர்கள் நிதி யளித்தது. ஸ்வாத் பகுதியில் எட்டாண்டுகள் பதுங்கி இருந்திருக் கிறார் ஒசாமா. அதைவிட, பாகிஸ்தான் ராணுவத் தலைமை யகத்திற்கு அருகிலேயே, தலைநகரமான இஸ்லாமாபாதில் இருந்து அறுபது கிலோமீட்டர் தொலைவில் உள்ள அபோட்டா பாதில்தான் அவர் கொல்லப்பட்டார். பாகிஸ்தான் உளவுப் பிரிவின் மீதும் ராணுவத்தின் மீதும் நம்பிக்கை இழந்து நேரடியாக அமெரிக்கா பாகிஸ்தான் நிலபரப்பிற்குள் இறங்கி ஒசாமாவை வீழ்த்தியது, பாகிஸ்தான் அரசிற்கு பெரும் சங்கடமாக மாறியது. அதன்பின்னர், பின் லேடனுக்கு ஆதரவாக தொழுகைகளும், ஊர்வலங்களும், அஞ்சலிக் கூட்டங்களும் பாகிஸ்தானில் நடைபெற்றன. அவர் அங்கு ஒரு தியாகி அளவிற்கு ஜமாத் உல் தவா, லஸ்கர் ஈ தொய்பா போன்ற அமைப்புகளுக்கு இருக்கும் மக்கள் ஆதரவும் யோசிக்க வேண்டிய விஷயம்தான். அங்கு நிலநடுக்கம் நேர்ந்தபோது அரச இயந்திரம் ஸ்தம்பித்து சரிவர நிவாரணப் பணிகள் சென்று சேராதபோது ஜமாஅத் உல் தாவாதான் பெரும் பணிகளை செய்து மக்களை மீட்டு மக்கள் ஆதரவைப் பெற்றது என்கிறார் மலாலா.

லால் மஸ்ஜித்மீது நடைபெற்ற தாக்குதல், இரண்டாம் ஸ்வாத் போர், அதையொட்டி நிகழ்ந்த பெனாசிர் புட்டோவின் மரணம், ஒசாமா பின் லேடனின் மரணம் என அவர் வாழ்நாளில் கடந்துவந்த நிகழ்வுகளைப் பற்றிய பருந்துப் பார்வையை அளிக்கிறார். ஜெனரல் கியானி, ஆசிப் அலி சர்தாரி, எனப் பலரையும் சந்திக்க நேர்ந்த நிகழ்வுகளைப் பகிர்கிறார். மருத்துவராக வேண்டும் என விரும்பிய ஏனைய நண்பர்களைப் போல் மலாலாவிற்கும் அதுதான் விருப்பமாக இருந்திருக்கிறது. பெனாசிர் புட்டோவின் வருகை அவரைப் போன்ற அரசியல்வாதியாக வேண்டும் என மலாலாவைக் கனவு காணச் செய்தது. பெருத்த நம்பிக்கையுடன் எதிர்நோக்கப்பட்ட அவருடைய வருகை மரணத்தில் முற்றுப் பெற்றது அவரை அதிர்ச்சிக்கு உள்ளாக்கியது.

அடிப்படைவாதிகளுக்கும் சரி, சுதந்திரச் சிந்தனை கொண்ட பகுத்தறிவுவாதிகளுக்கும் சரி, சிந்தனைக் கொந்தளிப்புகள் பெரிதாக இருக்காது. எளிய கண்மூடித்தனமான நம்பிக்கையோ, நேர்கொண்ட சிந்தனையோ, ஏதோ ஒன்று எல்லாவற்றையும் வழிநடத்தும். ஆனால் இதற்கிடையில் சிக்கும் சாமானியர்கள், தொன்மையான நம்பிக்கைகளையும் மீற முடியாமல், பகுத்தறிவின் கேள்விகளையும் எதிர்கொள்ள முடியாமல், ஒவ்வொரு நொடியும் சமரசம் செய்துகொண்டாக வேண்டும். மலாலாவிற்கும் அத்தகைய சில தத்தளிப்புகள் இருக்கத்தான் செய்கிறது. ஒரு வகையில் இத்தகைய தத்தளிப்புகளே அவரை சாமானியராக, மனதிற்கு நெருக்கமாக ஆக்குகிறது. பிர்மிங்காம் மருத்துவமனையில் சிகிச்சை பெற்று மீண்ட போது, பொழுது போக அவருக்கு ஒரு டி.வி.டி உபகரணி வழங்கப்பட்டது. அப்போது மலாலா Bend it Like Beckham எனும் திரைப்படத்தைக் காண நேர்ந்த அனுபவத்தை எழுதுகிறார். "கலாசார இறுக்கங்களை எதிர்த்து கால்பந்து விளையாட முயன்ற சீக்கிய பெண் பற்றிய கதை எனக்கு ஊக்கமளிக்கும் என்று எண்ணியிருக்கலாம். அதில்வரும் பெண்கள் தங்கள் மேலாடைகளைத் துறந்து, விளையாட்டுக்குரிய உள்ளாடைகளுடன் கால்பந்துப் பயிற்சியில் ஈடுபட்ட காட்சியைக் கண்டு அதிர்ந்து விட்டேன். செவிலியர்களிடம் கூறி அதை அணைக்கச் சொன்னேன்" என்று எழுதுகிறார்.

தன் பங்கிற்கு மலாலா பல விமர்சனங்களைச் சந்தித்து வந்திருக்கிறார். 'அமெரிக்க சி.ஐ.ஏ உளவாளி' என்று வசைபாடப் பட்டார். பாகிஸ்தான் பற்றியும், இஸ்லாமிய அடிப்படைவாதம் பற்றியும், பெண்கல்வி பற்றியும் அவர் கூறிய கருத்துக்களுக்காக உள்ளூரில் கடுமையாக விமர்சிக்கப்பட்டார். பாகிஸ்தானிய தாலிபான் தலைவர் எழுதிய கடிதத்தில், பெண் கல்வியை ஆதரித்ததற்காகக் கொல்ல முயற்சிக்கவில்லை. அவர் மேற்கத்திய மயமாக்கலை ஆதரிக்கிறார் என்பதாலே கொலை ஆணை இடப்பட்டது என்கிறார். உள்ளூர் வலைத்தளங்களிலும், ஊடகங்களிலும் இதில் பெரும் சதி இருப்பதாக வசை பாடினர். சுடப்படவே இல்லை என்றும், அமெரிக்க டிரோன் தாக்குதல் களுக்கு சாக்காக நடத்தப்பட்ட நாடகம் என்றுகூடப் பேசப் பட்டது. நோபல் பரிசுக்கு பரிந்துரைக்கப்பட்டபோதுகூட அங்கு ஒருவித மவுனமே நிலவியது.

மலாலா என்ன செய்துவிட்டார் எனும் கேள்வியுடன்தான் இந்த நூலை வாசிக்கத் தொடங்கினேன். பொதுவாக எவரும்

வாய்திறக்க அஞ்சிய அசாதாரணமான சூழலில், மவுனதிரையைக் கிழித்துக்கொண்டு துணிவுடன் குரல் எழுப்பியதே ஒரு மிகப்பெரிய சாதனை எனும் உணர்வையே இறுதியில் அடைந்தேன். ஆகவே அவருக்கு கிடைத்த கவனமும், அங்கீகாரமும் நியாயமானதே என்று வாசிப்பின் இறுதியில் எண்ணுகிறேன். எப்போது வேண்டுமானாலும் தாக்கப்படலாம் எனும் அச்சம் அவருக்கு இருந்தது. ஒருகால் தாலிபான்களை எதிர்கொள்ள நேரிட்டால் என்ன செய்வது? என்பது குறித்து அவர் சிந்திக்கிறார். செருப்பைக் கழற்றி அடிக்க வேண்டும் என்று எண்ணுகிறார். ஆனால் அப்படிச் செய்தால் தனக்கும் அவர்களுக்கும் என்ன வேறுபாடு என்றும் யோசிக்கிறார். தன்னைக் கொல்ல வருபவனிடம்தான் பேச முடியும், தனது நியாயத்தை உணர்த்த முடியும் என்று நம்பினார். சுடப்பட்ட பிறகு, "என்னைச் சுட்டவன் மீது எனக்குத் தனிப்பட்ட கோபம் என ஏதுமில்லை. அவனுடைய பிள்ளைகளுக்கும் சேர்த்துதான் நான் போராடுகிறேன்" என்றார். இவ்வரிகள் உண்மையானவை என நம்ப விரும்புகிறேன். லண்டன் வாசியான பின்னர் செயல் தரப்பாக இல்லாமல் சமூக ஊடகத்தில் ஒரு கருத்து தரப்பாகச் சுருங்கி விட்டார். அவர் போலியா, அசலா எனத் தீர்ப்பு எழுத விரும்பவில்லை. போராட்ட வாழ்க்கையைத் துறந்து பாதுகாப்பான வாழ்வை தேடியதற்காக அவரை குற்றஞ்சாட்ட எந்த முகாந்திரமும் இல்லை.

மலாலாவின் ஆங்கிலச் சரிதையின் தலைப்பு, *I am Malala - The story of the girl who stood up for education and was shot by the taliban.* அவருடைய முதன்மை அடையாளம் என்ன என்பதில் அவர் தெளிவாகவே இருக்கிறார். "நான் தாலிபானால் சுடப்பட்டவள் என அறியப்பட விரும்பவில்லை மாறாக பெண் கல்விக்காகப் போராடியவள் என்றே அறியப்பட விரும்புகிறேன்" என்கிறார்.

மலாலாவிற்கு தன் தோற்றம் பற்றிய தாழ்வுணர்ச்சி இருக்கிறது. தான் சக பஷ்தூன் பெண்களைப் போல் உயரமில்லை, நிறமில்லை என வருந்துகிறார். மேடையில் ஏறி நின்று பேசும்போது மக்கள் தன்னைக் காண முடிவதில்லை என்பதும் கூட அவருக்கு வருத்தம்தான். தானொரு இரண்டங்குலம் உயரமாக வேண்டும் என அல்லாவிடம் வேண்டுகிறார். தாலிபான் தாக்குதலில் இருந்து உயிர்பெற்று மீண்டபிறகு "நான் இன்று ஆடியில் என்னையே நோக்கிக் கொண்டேன்.

ஒருகாலத்தில், நான் இறைவனிடம் ஓரிரு அங்குலங்கள் உயர வேண்டும் என வேண்டிக் கொண்டதுண்டு. ஆனால் இன்று என்னை வானளாவ உயர்த்திவிட்டான், அளக்கவியலா உயரம் அது" என்கிறார்.

அபூர்வமான உயரம், ஆனால் ஆபத்தான உயரமும்கூட. ❏

– சுகி

I am Malala
மலாலா, கிறிஸ்டினா லாம்ப்
ஆங்கிலம்
சுயசரிதை

11

சசி பெருமாள், ஃபிரான்ஸிஸ் ஆசாத் காந்தி மற்றும் மதுவிலக்கு

சில வருடங்களுக்கு முன்னர் காந்தியரான சசி பெருமாள் தமிழகத்திலும் இந்தியாவிலும் பூரண மதுவிலக்கு கோரி சாகும்வரை உண்ணாவிரதமிருந்தார். முப்பத்தி மூன்று நாட்கள் தொடர்ந்து நீடித்த அவருடைய இந்த உண்ணாவிரதம் பரவலான கவனத்தை அவர் மீதும் அவர் முன்வைத்த கோரிக்கை மீதும் ஏற்படுத்தியது. அரசு அவருடைய கோரிக்கைக்குச் செவி சாய்க்கவில்லை. அவருடைய உடல்நலத்தைக் கருத்தில் கொண்டு இந்திய அளவிலான சமூகச் செயல்பாட்டாளர்கள் பலரும் போராட்டத்தைக் கைவிட்டு மாற்று வழிகளைச் சிந்திக்குமாறு கோரியதன் விளைவாக அவர் உண்ணாவிரதத்தை முடித்துக் கொண்டார். பின்னர் மீண்டும் மற்றொரு போராட்டத்தில் ஈடுபட்டார். 2015ஆம் ஆண்டு ஜூலை 31ஆம் தேதி மார்த் தாண்டமருகே ஒரு டாஸ்மாக் கடையை அடைக்க வேண்டும் என அலைபேசி கோபுரத்தில் ஏறி, ஆறு மணி நேரத்திற்கு மேலாகப் போராடியவர், பிணமாகக் கீழே வந்தார்.

சசி பெருமாளை ஒருமுறை திருப்பூரில் நேரில் சந்தித்திருக் கிறேன். வெள்ளை வேட்டியும், வெள்ளைச் சட்டையும் வெள்ளை நிற காந்தி குல்லாவும் அணிந்து நாற்காலி வரிசையொன்றின் மூலையில் அமர்ந்திருந்தார். அவரைப் பார்க்கையில் ஏதோ ஒரு பழைய யுகத்து மனிதர் வழிதவறி வந்தமர்ந்து விட்டதாகத் தோன்றக்கூடும். பீட்டர் கோன்சால்ஸ், காந்தி எப்படிக் காதியை தேசிய போராட்டத்தின் சின்னமாக மாற்றினார் என்று எழுதியது நினைவுக்கு வந்தது. கோட்டும், சூட்டும் அணிந்த

தலைவர்கள் கௌபீனம் அணிந்த அந்தக் கிழவரின் பேச்சைக் கேட்க மணிக்கணக்கில் காத்திருந்த காலமுண்டு. தன் சுயத்தைத் தொலைத்து அதை காலனியாதிக்க குறியீடுகளுடன் தொடர்புப் படுத்தி தங்களையும் அதில் இணைத்துக் கொள்வதைப் பெருமையாக கருதிய காலக்கட்டத்தில் அதற்கு மாறாக, ஒடுக்குமுறைக்கு எதிரான, ஒடுக்கப்பட்டவர்களின் குறியீடாக காந்தி எழுந்து நின்றார், அவருடன் தேசமும் எழுந்து நின்றது. ஒருகாலத்தில் ஒடுக்கப்பட்டவர்களின் அடையாளமாகத் திகழ்ந்த கதரும், வெள்ளுடையும் இன்று அராஜக அரசியல் அதிகாரத்தின் அடையாளமாக மாறிவிட்டது. இன்று தமிழகத்தில் இத்தகைய உடையும், தொப்பியும் கேலிப் பொருளாகி விட்டது.

60 வயதில் மரித்த சசி பெருமாள் காந்தியின் மரணத்திற்கு பின்னர் பிறந்த தலைமுறையைச் சேர்ந்தவர். நேரடியாக காந்தியைக் கண்டதில்லை என்றாலும், அவரை ஆதர்சமாகக் கொண்டு வளர்ந்த தலைமுறை அது. சேலம் மாவட்டத்தில் உள்ள சிறிய கிராமத்தில் பிறந்தவர். அவர்கள் குடும்பம் அவருடைய சொந்தச் கிராமத்தில் வேளாண்மை செய்து வருவதாகச் சொன்னார். அக்குப்ரஷர் மற்றும் ஹோமியோபதி மருத்துவ முறைகளில் ஆர்வம் கொண்டவர். தன்னைத் தேடி வரும் நெருங்கிய நண்பர்களுக்கு அம்மருத்துவ முறைகள் சார்ந்த ஆலோசனைகளை வழங்கி வருவதாகச் சொன்னார்.

ஐந்தாம் வகுப்பு படித்துக் கொண்டிருக்கும்போதே சுயசரிதை வழியாக காந்தி அவருக்கு அறிமுகமாகிறார். அதன் பின்னர் அவருடைய பதினெட்டாவது வயதில், அதுவரை தமிழகத்தில் நிலவி வந்த மதுவிலக்கு முடிவுக்கு வந்தது. அப்போதைய அரசால் தமிழகத்தில் கள்ளுக்கடைகள் திறக்கப்பட்டன. அப்போது அதற்கு எதிராகப் போராட்டத்தில் ஈடுபட்டு ஐந்து நாட்கள் சிறை சென்ற அனுபவத்தை நினைவு கூர்ந்தார்.

சென்னையில் அவர் உண்ணாவிரதமிருந்த கதையை சுவாரசியமாகச் சொன்னார். உண்ணாவிரதம் தொடங்கிய பின்னர் சிறைக்குக் கொண்டுசெல்லப்படுகிறார். அங்கும் அவருடைய உண்ணாவிரதம் தொடர்கிறது. அதன் பின்னர் மருத்துவக் கண்காணிப்பிற்காக அரசு மருத்துவமனைக்கு அழைத்து செல்லப்படுகிறார். அங்கும் எதையும் உட்கொள்ளப் பிடிவாதமாக மறுக்கிறார். மவுன விரதத்தையும் கடைப்பிடிக்கிறார். என்ன செய்வதென்று தெரியாமல் மீண்டும் சிறைக்கு

அனுப்பப்படுகிறார். சிறையில் அவருடைய இருப்பு பிற கைதிகளின் 'இன்ன பிற சுதந்திரங்களுக்கு' வினையாகிறது. ஆகவே அவரைச் சிறையிலேயே கொல்வதற்கு சதி நடக்கிறது. இதையடுத்து அவர் விடுதலை செய்யப்படுகிறார்.

விடுதலைக்குப் பின்னர் நெல்லை ஜெபமணியின் இல்லத்தில் தன் உண்ணாநோன்பைத் தொடர்கிறார். இவரை அங்கிருந்து வெளியேற்ற பல மட்டங்களிலிருந்தும் அழுத்தம் கொடுக்கப் பட்டது. ஆனால் விடாப்பிடியாகப் போராட்டத்தைத் தொடர்ந் தார். உயிருக்கே ஆபத்தான நிலையில் மருத்துவமனைக்குக் கொண்டு செல்லப்பட்டு அவருக்கு அவசர சிகிச்சை அளிக்கப் பட்டது. அந்த இல்லத்தின் உரிமையாளர் அவர் வீட்டிலிருந்து வெளியேற மறுப்பதாக காவல்துறையிடம் புகார் அளித்ததாகச் சொல்லப்பட்டது. அகில இந்திய அளவில் மதுவுக்கு எதிராகப் போராடிவரும் சமூக ஆர்வலர்கள் உண்ணா நோன்பைக் கைவிடும்படி அவருக்கு அறிவுறுத்தினார்கள். தனியொரு மனிதனாக இல்லாமல், இந்திய அளவில் இதே கோரிக்கையை வலியுறுத்தும் இயக்கங்களுடன் இணைந்து போராட்டத்தை முன்னெடுப்பதே சரியான பாதை என அவர்கள் அறிவுறுத்திய தால், போராட்டத்தைக் கைவிட்டுவிட்டு அப்போது களப் பணியில் தீவிரமாக ஈடுபட்டுக் கொண்டிருப்பதாகச் சொன்னார். 'என் உயிரைப் பத்தி அக்கறை எடுத்துகிட்ட அளவுக்கு என்னுடைய கோரிக்கையைப் பற்றி அக்கறை எடுத்துக்கல' என்றார் வருத்தத்துடன். அவரது மரணம் அதன்பின்னர் அளிக்கப்பட்ட வாக்குறுதிகள் யாவையும் இன்று எவர் நினைவிலும் இல்லை எனும்போது சசி பெருமாளின் உயிரையே கூட நாம் பெரிதாக மதிக்கவில்லை எனும் எண்ணமே ஏற்படுகிறது. அவரிடம் கேட்டேன் "உண்மையிலேயே நீங்கள் எதிர்பார்க்கும் பூரண மதுவிலக்கை இந்த அரசு கொண்டு வரும் என்று நம்புகிறீர்களா?" என அவரிடம் கேட்டேன்.

"இல்லை. கொண்டு வர வாய்ப்பில்லை என்பதை அறிவேன். தி.மு.க., அ.தி.மு.க ஆகிய இரு கட்சிகளுக்குமே மது ஆலைகள் இருக்கின்றன, அந்த ஆலைகள்தான் டாஸ்மாக்கிற்கு மது விற்பனை செய்கின்றன. இந்தச் சூழலில் இவர்கள் இதை அமல்படுத்துவார்கள் என்று நம்புவதற்கு எந்த முகாந்திரமும் இல்லை" என்றார் தெளிவாக. அவருக்கு எந்த கற்பிதங்களும் இல்லை. இத்தகைய தெளிவுடையவர் ஏன் தன்னையே

அழித்துக்கொள்ளும் விபரீத முடிவை நோக்கிச் சென்றார் என என்னால் புரிந்துகொள்ள முடியவில்லை.

மதுவுக்கு எதிராகப் போராட நடைமுறையில் பலனளிக்கக் கூடிய போராட்டத் திட்டம் அவரிடமிருந்தது. தொடர் பிரச்சாரம் மூலம் ஒவ்வொரு பகுதியிலும், அந்தந்தப் பகுதி டாஸ்மாக் கடைகளுக்கு எதிராக மக்களை, குறிப்பாகப் பெண் களை ஒன்றுதிரட்டிப் போராடச் செய்ய வேண்டும். பரவலான மக்கள் எதிர்ப்பை அப்பகுதியில் ஒருங்கிணைக்க முடிந்தால், அரசுக்குச் செவி சாய்ப்பதைத் தவிர வேறு வழியில்லை. மதுவிலக்கு எனும் பிரம்மாண்ட இலக்கு சாத்தியமற்றதாக தோன்றும். ஆனால் சிறு சிறு இலக்குகளாகப் பிரித்து கொள்ளும் போது, மெல்லிய வாய்ப்பு உள்ளது. சசி பெருமாள் இதைச் சரியாகவே உணர்ந்திருந்தார். இதற்குத் தொடர் போராட்டங்களும், விழிப்புணர்வும் தேவையாகிறது. ஒன்றிரண்டு இடங்களில் இவ்வழிமுறை பயனளிப்பதாகவும் இருந்தது.

சசி பெருமாளைச் சந்திப்பதற்கு ஓரிரு ஆண்டுகள் முன்னர் சேலத்தைச் சேர்ந்த பாலகிருஷ்ணன் எனும் இயற்பெயருடைய ஃபிரான்ஸிஸ் ஆசாத் காந்தியிடம் தொலைபேசியில் உரையாடி யிருக்கிறேன். ஒவ்வொரு டாஸ்மாக்கின் முன்பும் போய் குடியின் கேடுகளை அறிவுறுத்தும் பதாகைகளை கழுத்தில் மாட்டிக் கொண்டு குடிக்காதீர்கள் என ஒரு குழுவாக நின்று கெஞ் சுவார்கள். சொந்தக் குடும்பமே கூட அவரை மனம் பிறழ்ந்தவர் எனக் கருதியது. குடிக்க. வருவோரின் கால்களைப் பிடித்து கெஞ்சுவார்கள். சசி பெருமாளும் அதே குழுவைச் சேர்ந்தவர்தான்.

மது விலக்குக்கு அரசு எதிராக இருக்கிறது என்பதைவிட சமூக இயல்பாக்கம் எப்படி நிகழ்ந்தது என்பதே மிக முக்கியமான கேள்வி. காந்திக்கும் ராம் மனோகர் லோகியாவுக்குமிடையே நிகழ்ந்த சுவாரசியமான உரையாடல் ஒன்று பதிவாகியுள்ளது. லோகியா சிகரெட் பிடிக்கும் பழக்கமுடையவர். காந்தி அவரிடம் சிகரெட் பிடிக்காதே என அறிவுறுத்துகிறார். லோகியா அதை ஏற்க மறுக்கிறார். ஒழுக்கத்தைக் காரணமாகச் சொல்கிறார் என எண்ணுகிறார். ஆனால் காந்தி அளிக்கும் விளக்கம் என்பது “அது உங்களை சாமானியர்களிடமிருந்து விலக்கி வைக்கும்” என்பதே. லோகியா சிகரெட்டைக் கைவிடுகிறார். கலைஞர்களுக்கு காச நோயைப் போல், சிகரெட் அறிவுஜீவிகளின் மோஸ்தராக இருந்த காலக்கட்டம் அது. மெல்ல அறிவுஜீவியாக தன்னைக்

காட்டிக்கொள்ள விரும்பியவர்கள் அதை நாடத் தொடங்கினர். இப்படித் தொடர்பற்ற பொது பிம்பங்கள் ஒன்றோடொன்று அடையாளப்படுத்தப் படுவதைக் கவனிக்க விநோதமாக இருக்கிறது. எண்பதுகளின் வேலையில்லாத் திண்டாட்டமும், லட்சியவாதமும் ஜிப்பாக்களுடன் தொடர்பு படுத்தப்படுவது போல். மது பழக்கம் சுதந்திரச் சிந்தனையின் குறியீடாகக் கலைஞர்களால் கொண்டாடப்படுவதும் இப்படி ஒரு வினோதம் தான். சில இடங்களில் மீறலின் குறியீடாக, இளமையின் குறியீடாக, கொண்டாட்டத்தின் குறியீடாக மது நம் வாழ்வில் குறுக்கிட்டுக் கொண்டு தானிருக்கிறது. மது அருந்தாதவர் பழமைவாதியாக, கட்டுப்பெட்டியாக, கோழையாக சித்தரிக்கப் பட்டு விலக்கப்படுகிறார். சமூக விதிமுறைகள் காலந்தோறும் மாறிக்கொண்டே இருக்கின்றன. குடிபழக்கமும் இன்று 'அந்தஸ்தின் சின்னமாக' மாறிவிட்டது.

இன்று தமிழக அரசிற்கு பெரும் வருவாய் ஈட்டி தரும் நிறுவனமாக டாஸ்மாக் வளர்ந்து நிற்கிறது. டாஸ்மாக்கின் விற்பனை *2019–20*இல் *36, 752* கோடி எனத் தகவல் அறியும் உரிமை சட்டம் வழி தெரிய வருகிறது. தமிழகத்தின் தனிநபர் வருமான வரியின் அளவைக் காட்டிலும் ஏறத்தாழ மும்மடங்கு அதிக வருவாயை டாஸ்மாக் ஈட்டித் தருகிறது. பெரும் செல்வந்தர்கள் அளிக்கும் வரியைக் காட்டிலும், அன்றாடம் உழைக்கும் பாட்டாளிகளின் ஊதியத்தில்தான் தமிழக அரசும் அதன் நிர்வாகமும் ஓடிக்கொண்டிருக்கிறது.

சசி பெருமாள், டாஸ்மாக் எனும் 'லாபகரமான' நிறுவனத்தின் லாபம் குறித்து கேள்வி எழுப்பினார். "இப்ப எனக்கு என்ன சந்தேகம்னா வருஷத்துக்கு பதினஞ்சாயிரம், இருபதாயிரம் லாபம் வர்ரதாவே இருக்கட்டும். இதைக் குடிச்சு உடம்ப கெடுத்துக்கறவனோட மருத்துவச் செலவு எவ்வளவு? அவன் மரணத்தினாலயோ, இல்ல உடலநலக் கேடாலயோ அவனுடைய குடும்பமும் அது வழியா இந்த சமூகமும், தேசமும் எவ்வளோ இழக்குது? அதோட அளவு என்ன? குடிச்சுட்டு வண்டி ஓட்டுறதுனால வர்ற விபத்துகள் எவ்வளவு? அதனால வர்ற உயிரிழப்புகள் எவ்வளவு? அவுங்களால வர்ற பொருளாதாரப் பின்னடைவு எவ்வளவு? நிச்சயமா இதைச் சொல்லலாம் – குடி நமக்கு இருபதாயிரம் லாபம் தருதுன்னா அதவிட நாலு மடங்கு பொருளாதார ரீதியா நட்டம் தருது. இதையெல்லாம் அதி

காரிங்கதான் அரசுக்கு எடுத்துச் சொல்லணும்." இந்த வாதம் பரிசீலிக்கப்பட வேண்டியதே.

பூரண மதுவிலக்கிற்கு எதிராக முன்வைக்கப்படும் மூன்று முக்கியமான வாதங்கள் என இவற்றைக் குறிப்பிடலாம் –

* தனி மனித உரிமையில் அரசு தலையிடுவதாகும்.
* அரசிற்குக் கிட்டும் பொருளியல் ஆதாயங்கள்.
* போலி மற்றும் கள்ளச் சந்தை வழியாக புழங்கும் மதுபான வகைகள் விளைவிக்கும் ஆபத்து.

குடி என்பது எந்த அளவிற்கு தனி மனித விருப்பு வெறுப்பு மற்றும் உரிமை சார்ந்ததோ அதே அளவிற்கு அல்லது அதை விடக் கூடுதலாக சமூகத்தில் தாக்கம் செலுத்தக் கூடியது. இரண்டையும் ஒருங்கே கணக்கில் கொள்வது அவசியம். பொருளியல் ஆதாயங்களை பொருத்தவரை, குடியினால் ஏற்படும் பொருளாதார இழப்பு, மனித வள இழப்பு, நேர விரயம், மருத்துவச் செலவுகள், குடிபோதை விபத்துகள் ஆகியவைகளை கணக்கிட்டால் நிச்சயம் அது குடி அரசுக்கு ஈட்டும் வருவாயைக் காட்டிலும் அதிகமானதாக இருக்கும்.

மூன்றாவது பிரச்சனையே மிக முக்கியமான சிக்கல் என நான் கருதுகிறேன். ஊழலற்ற நேர்மையான உள்கட்டமைப்பு இருந்தால் ஒழிய, போலி மற்றும் கள்ளச் சந்தை வழியாக புழங்கும் மதுபானங்களைக் கட்டுப்படுத்த முடியாது. கள்ளச் சாராயச் சாவுகள் நம் தேசத்திற்கு ஒன்றும் புதிதல்ல.

தனி மனிதராக மது உடல்நலத்திற்கு கேடு விளைவிக்கிறது. குடும்ப அமைப்பின் பொருளியல் ஆதாரங்களை இல்லாமல் ஆக்குகிறது. பெண்களின் மீதான வன்முறையை அதிகரிக்கிறது. குடும்ப அமைப்பில் வளரும் குழந்தைகளுக்கு, மனரீதியான பாதிப்பை ஏற்படுத்துகிறது. சமூகத்தில் குற்றங்களின் எண்ணிக்கையைப் பெருக்குகிறது. ஒட்டுமொத்த தேசத்தின் உற்பத்தித் திறனைக் குறைக்கிறது. மருத்துவச் செலவை அதிகரிக்கிறது. பாதுகாப்பு உணர்வை மழுங்கடிக்கிறது. ஒட்டு மொத்தமாக சீர்குலைவின் சித்திரத்தையே உணர முடிகிறது.

ஒரு மருத்துவனாக குறைந்தது வாரம் இரண்டு குடி அடிமை நோயாளிகளை ஏனும் சந்திக்க நேர்கிறது. மெல்ல மெல்ல அவர்களுடைய வாழ்க்கைச் சீரழிவைச் சந்தித்துக் கொண்டு

இருப்பதைக் கண்கூடாகப் பார்க்க முடிகிறது. பெரும்பாலும் இவர்கள் சமூகத்தின் அடித்தட்டு வர்க்கத்தை சேர்ந்தவர்கள் என்பதுதான் இன்னும் கொடுமை. சமூக மது அருந்திகளையும், குடி அடிமைகளையும் ஒன்றாக கருத கூடாது, குடி அடிமைகளை கொண்டு சமூக மது அருந்திகளின் தனிமனிதச் சுதந்திரத்தில் தலையிடுவது முறையற்ற செயல் எனும் வாதத்தை பரிசீலிக்கத் தகுந்ததே. மேலுமொரு சுவாரசியமான கோணத்தை வேறொரு நண்பர் முன்வைத்தார். ஒரு எல்லைவரை சமூகம் போதையை அனுமதிக்க வேண்டும். இல்லையேல் அடையாள அரசியலே போதையின் இடத்தை எடுத்துக் கொள்ளும். சமூகத்தை துருவப் படுத்தும். அது மதுவை விட ஆபத்தானது என்றார். இதுவும் சிந்திக்க வேண்டிய கோணம்தான்.

சிறந்த மக்களாட்சி உண்மையில் தம் மக்கள் அனைத்து விதமான போதைப் பழக்கங்களில் இருந்தும் விடுபடுவதையே விரும்பும். குறைந்தபட்சம் அந்த கனவின் திசையை நோக்கியேனும் பயணிக்கும். தமிழகத்தில் மது விற்பனைக்கு தினசரி இலக்கு நிர்ணயிக்கப் படுகிறது. மக்களின் செயல்திறனையும், சிந்திக்கும் திறனையும் மழுங்கடிக்கும் செயலாகவே இதைப் பார்க்கிறேன். பொருளியல் ஆதாயத்திற்காக ஒட்டுமொத்த மக்களின் நலனை அடகிற்கு வைப்பது அறிவீனம்.

உடனடி பூரண மதுவிலக்குச் சாத்தியமா எனக் கேட்டால் – "நிச்சயம் இல்லை" என்பேன். உண்மையில் அது சாதகமான விளைவுகளைக் காட்டிலும் பாதகமான விளைவுகளையே அதிகம் ஏற்படுத்தக்கூடும். ஆனால் படிப்படியாக அந்த இலக்கை நோக்கி நகர்ந்தால் சில ஆண்டுகளில் அந்த இலக்கிற்கு மிக நெருங்கிய நிலையை அடைய முடியும்.

முதற்கட்டமாக – மேலும் புதிய டாஸ்மாக் கிளைகள், பார்கள் திறக்க அனுமதி மறுக்க பட வேண்டும்.

தற்பொழுது செயல்பட்டு வரும் டாஸ்மாக் கிளைகள் பள்ளி, கல்லூரி, மருத்துவமனை, பேருந்து நிலையம், ரயில் நிலையம் போன்ற இடங்களைவிட்டுத் தொலைவில் இடம் மாற்றம் செய்யப்பட வேண்டும்.

டாஸ்மாக் கிளையுள்ள வார்ட் மக்கள் வாக்களிப்பின் மூலம் தங்களுக்கு டாஸ்மாக் தேவையா இல்லையா என்று முடிவு செய்துகொள்ளும் உரிமை வழங்கப்பட வேண்டும்.

தற்போது உள்ள எண்ணிக்கையைக் குறைக்க வேண்டும். காரைக்குடி போன்ற நகராட்சிகளில் கூட மூன்று நான்கு கடைகள் உள்ளன. இவற்றைக் குறைத்து ஒரு நகராட்சிக்கு ஒரு கடை வீதம் மாற்ற வேண்டும். மாநகராட்சிகளில் இரண்டு லட்சம் மக்கள் தொகைக்கு ஒரு கடை வீதம் ஒதுக்கலாம்.

காந்தி கனவு கண்ட சுதந்திர இந்தியாவில் மதுவிலக்கு மிக முக்கிய பங்கை வகிக்கிறது. தேசமெங்கும் பயணித்த காந்தி, மதுவின் தீமைகளை கண்கூடாகக் கண்டு உணர்ந்தவர். குறிப்பாக, சமூகத்தின் விளிம்பு நிலையில் உள்ள தாழ்த்தப்பட்ட மக்களின் வாழ்வை அவை கடுமையாகப் பாதிப்பதை உணர்ந்தார். கிராம முன்னேற்றம், மதுவிலக்கு போன்றவை யாவும் பொருளியல் ரீதியாக தம் மக்களை உயர்த்தும் முயற்சிகள்தாம்.

காந்தி இந்தியாவை கிராமங்களின் தொகுப்பாகவே தரிசித்தார். வேளாண்மையும் அதைச் சுற்றிய தன்னிறைவான வாழ்க்கையுமே இந்தியாவிற்கு உகந்தது என அவர் கண்டடைந்தார். ஒரு கிராமத்து சமூகத்தின் வேர்களை அழிப்பது எவை? தீண்டாமை, மது ஆகியவற்றைச் சொல்லலாம். ஆகவே காந்தி அவற்றுக்கு எதிராகப் போராடினார்.

வரலாற்றுப் பூர்வமாக குடி என்பது இந்தியச் சமூகத்தில் பின்னிப் பிணைந்த ஒன்று என்றாலும், அது சமூகப் பழக்கமாகவும், கௌரவமாகவும் திணிக்கப்படுவது அண்மைய காலங்களில்தான். குடி முதலில் தனிமனிதர்களை தனதாக்கிப் பின்னர் குடும்ப அமைப்பை அழித்து ஒட்டுமொத்த சமூகத்தை அரித்துத் தின்னும் புற்றுநோய்.

சசி பெருமாள், ஃபிரான்ஸிஸ் ஆசாத் காந்தி ஆகியோர் ஆழத்தில் குடி குறித்த சமூக பார்வை மாறியுள்ளதை உணர்ந் தார்கள். ஆகவேதான் இழந்த குற்ற உணர்வை மக்களுக்கு மீண்டும் மூட்டுவதற்கு காலைப் பிடிப்பது, உண்ணா நோன்பிருப்பது என அவர்களுக்குச் சாத்தியமான, சரி என நம்பிய முறைகளைக் கொண்டார்கள். ஆனால் சிறிய சலனத்திற்கு அப்பால் எதையும் அவர்களால் ஏற்படுத்த முடியவில்லை. சசி பெருமாளின் உடல்நிலை மிக மோசமாக இருந்தபோது அரசோ, அரசின் பிரதிநிதிகளோ எவ்வகையிலும் அவருடன் உரையாட மறுத்தது. காந்தியம் தன் வழிமுறைகளை மறுபரிசீலனை செய்து புதிதாக கண்டடைய வேண்டிய காலக்கட்டத்தில் உள்ளது. ❑

12

ஒளிவிடு ஒளியேற்று

"நீங்கள் மானுடத்தின் மீது நம்பிக்கை இழந்துவிடக் கூடாது. மானுடம் என்பது ஒரு பெருங்கடல், அதன் சில துளிகள் அசுத்தமாக இருக்கிறது என்பதால் பெருங்கடலே அசுத்தம் என எண்ணிவிடக் கூடாது"– காந்தி

தசைச் சிதைவு நோயால் பாதிக்கப்பட்டோரின் நல்வாழ்விற் காக இயங்கிவரும் ஆதவ் அறக்கட்டளையின் ஐந்தாம் ஆண்டு விழாவுக்குச் சென்றிருந்தபோது, அவர்களுடைய அறக்கட்டளை யின் சின்னமாக அமைந்திருந்த படத்தில் நான் கவனித்ததுதான் இந்த வாசகம் – 'ஒளிவிடு ஒளியேற்று'. விழா நடந்த சண்முகா மருத்துவமனை கலையரங்கத்திற்குள் நுழைந்தவுடன் என் கண்ணில் பட்டது அதுதான். தொலைவானத்தில் சூரியன் உதிக்கிறான், தூரத்தில் அந்த ஒளியை நோக்கி அரைவட்ட சக்கர நாற்காலியில் அமர்ந்திருந்த மானுட உருவம் ஆற்றல் வேண்டி காத்துக் கிடக்கிறது.

எஸ்.ராமகிருஷ்ணன் அவர்கள் வழியாகவே முதன்முதலாக எனக்கு வானவன் மாதேவி மற்றும் இயலிசை வல்லபி சகோ தரிகள் குறித்து தெரியவந்தது. அதன் பின்னர் ஜெயமோகன் அவர்கள் தன்னுடைய தளத்திலும் இந்த சகோதரிகளைச் சந்தித்தது குறித்து விரிவான கட்டுரையொன்றை எழுதியிருந்தார். ஈரோட்டிலும், சேலத்திலும் வாழும் சில நண்பர்கள் வழியாகவும் அவர்களைப் பற்றி மேலும் அறிந்து கொண்டேன். ஏற்காடு இலக்கிய முகாமிற்குச் சென்றபோதுதான் அவர்களை நான் முதன் முதலில் சந்தித்தேன். தோளில் கிடத்தித் தூக்கிச் செல்லும்

அளவுதான் அவர்களின் ஆகிருதி. அவர்களிடம் விரிவாகப் பேச வேண்டும் என்று எண்ணியிருந்தேன். ஆனால் என்ன பேசுவது? எங்கு தொடங்குவது? நானொரு மருத்துவன் அல்லவா? இறுக மூடியிருக்கும் என் விரல்களுக்குள் அவர்கள் தேடியலையும் புதிருக்கான விடையிருக்கும் என அவர்கள் நம்பி ஏமாந்துவிடக் கூடாதே என அஞ்சினேன். உள்ளங்கை வெறுமையைத் தவிர அவர்களுக்களிக்க என்னிடம் ஏதுமில்லை என அன்று எண்ணினேன்.

முகாமில் வல்லபிக்கு அருகிலேயே அமர்ந்திருந்த போதிலும் கூட புன்முறுவலைத் தவிர வேறெதுவும் அளிக்க இயலவில்லை. ஊர் திரும்பும் அன்று, நண்பர்களிடம் விடைபெற்றுச் செல்லும்போதுதான் அவர்களுடன் ஒரு உரையாடல் சாத்திய மானது. அதுவும் வானவன் மாதேவியே, “நீங்கள்தான் காந்தி டுடே நடத்தும் சுனில் கிருஷ்ணனா?” என்று விளித்ததால் சிறிது நேரம் பேசிக் கொண்டிருந்தேன். ஆயுர்வேதம் சார்ந்து, என்னா லான உதவியைச் செய்வதாக உறுதியளித்துவிட்டு வந்தேன். அதையொட்டிய தொடர் உரையாடல்கள் வழியாகத்தான் சேலத்தில் நிகழ்ந்த ஆதவ் அறக்கட்டளையின் ஐந்தாம் ஆண்டு துவக்க விழாவிற்கு சென்று வந்தேன். தசைச் சிதைவு நோயைப் பற்றிய மேலோட்டமான அறிவு உண்டு எனினும், ஆழமாக அறிந்துகொள்ளும் முயற்சியில் ஈடுபட்டேன். இதற்கு ஆயுர்வேதத்தில் என்ன செய்ய முடியும்?

தசைச் சிதைவு நோய்களில் பலவகைகளுண்டு. இவ்வகை நோய்கள் அனைத்திற்குமே மரபணு மாற்றங்கள் காரணமா யிருக்கின்றன. சில வகை நோய்கள் பிறவியிலிருந்தே தொடங்கி விடுகின்றன. சில நோய்கள் பால்யம் அல்லது இளமைப் பருவத்தில் தொடங்குகின்றன. அரிதாக சில வகைகள் நாற்பது களில் தொடங்குகின்றன. பெரும்பாலும் முந்தைய தலைமுறை குடும்ப உறவு வட்டத்தில் எவருக்காவது இந்நோய் இருந்திருக்கக் கூடும். ஆனால் இது ஒன்றும் கட்டாய விதியில்லை. மூளையின் ஆணைக்கு ஏற்ப இயங்கும் எலும்புத்தசைதான் *(skeletal muscle)* முதலில் பாதிக்கப்படும்.

சில வகை தசைச் சிதைவு நோய்கள் தொடர் சீரழிவை ஏற்படுத்தும். ஒவ்வொரு தசைத்தொகுப்பாகப் பாதிப்பு பெருகி, இறுதியில் இதயத்தசையில் சீரழிவு ஏற்படும், இதயம் தன் பணியை ஒருநாள் நிறுத்திக்கொண்டு விடும். நுரையீரல் சரிவர

இயங்குவதற்கு நெஞ்சுக்கூட்டுத் தசைகள் சரியாக சுருங்கி விரிய வேண்டும். நெஞ்சுப் பகுதி தசைகள் பாதிப்புக்குள்ளாகும்போது மூச்சு விடுவதில் சிரமம் ஏற்பட்டு நுரையீரல் செயலிழந்து போகும் அபாயமும் உண்டு. இந்நோய் இளமையில் தொடங்கினால், அதிகபட்சம் முப்பது வயது வரைதான் ஒருவரின் ஆயுட்காலம் என்று நவீன மருத்துவம் சொல்கிறது. மத்திய வயதில் தொடங்கும் பட்சத்தில் சராசரி ஆயுளுடன் ஒத்துப் போகும்.

தொடர் சீரழிவு இல்லாத தசைச் சிதைவு வகைகள் உயிரைப் பறிக்காது எனினும் ஒருவரை நிரந்தரமாக முடக்கி, பூரணமாக பிறரைச் சார்ந்திருக்கும் நிலைக்கு கொண்டு வந்து நிறுத்திவிடும். மரபணு சார்ந்த நோய்களுக்கு நவீன மருத்துவத்தில் இதுவரை எவ்வித நிவாரணமும் கண்டடையப்படவில்லை. ஸ்டெம் செல் சிகிச்சை ஒரு சர்வ ரோக நிவாரணியாக, அத்திசையில் ஒரு புதிய பாய்ச்சலாக சில ஆண்டுகளுக்கு முன்னர் முன்னிறுத்தப் பட்டது. இன்று ஆய்வு நிலையில் நிற்கும் இந்த மருத்துவம் முக்கியமான கேள்விகளுக்குத் திருப்திகரமான பதிலளிக்கும் நிலையில் இல்லை.

பொதுவாகவே நவீன மருத்துவம் கைகழுவிய நோய்களும், நோயாளிகளும் மாற்று மருத்துவத்தை நாடுவதென்பதே இன்றைய இயல்பு. ஒன்றை உறுதியாகச் சொல்வேன், மாற்று மருத்துவங்களிலும் பெரிதாகப் பறைசாற்றிக் கொள்ளும் அளவிற்கு மரபணு சார்ந்த நோய்களுக்கு எந்த தீர்வும் இல்லை.

ஆயுர்வேதம் நோய்களை நான்கு வகைகளாக பிரித்து, ஒரு மருத்துவனின் கடமையை வரையறை செய்கிறது. சுசாத்தியம், எளிதாக இயல்புக்கு திரும்பக்கூடிய நோய்கள். க்ருச்சிற சாத்தியம், கொஞ்சம் காலம் பிடிக்கும், கவனமாக கையாள வேண்டும், அத்தனை சுலபமாகக் குணமாகி விடாது. எனினும் குணமாகிவிடக்கூடிய சாத்தியக்கூறு உள்ளவை. யாப்யம், குண மாகாது எனினும் உடனடியாக எவ்வித அழிவையும் கொண்டு வராது, தொடர் சிகிச்சைகளும், கண்காணிப்பும் அவசியமாகிறது. அனுபஷயம், எவ்விதத்திலும் நோயைக் குணப்படுத்த இயலாது, சீரழிவையும் நிறுத்த இயலாது, உயிர் குடித்த பின்னர்தான் ஓயும்.

நான்கு வகையான நோய்களை வகுக்கும் சரகர், மருத்துவன் எந்நிலையிலும், எல்லாவகையான நோய்களுக்கும் சிகிச்சை அளிக்க வேண்டும் என வலியுறுத்துகிறார். எளிதாக சரியாகக்

கூடிய நோய்கள்தானே என்று கவனக்குறைவாக இருந்தால் அது காலப்போக்கில் கடினமான நோயாக மாறிவிடும், ஆகவே முதலிலேயே சிகிச்சை செய் என்கிறார். கடினமான நோய்களை உரிய வகையில் கவனிக்கவில்லை என்றால் அது குணப்படுத்த இயலாத நிலைக்குச் சென்று உயிரையே பறித்துவிடும். தொடர் சிகிச்சை தேவைப்படும் நோய்களைத் தொடர்ந்து கவனிக்க வேண்டும், ஏனெனில் கொஞ்சம் சிதறினாலும், அழிவில் கொண்டு நிறுத்தும். இவையெல்லாம் புரிந்துகொள்ளக் கூடியதே, இறுதியாக, குணப்படுத்த இயலாத நோய்களுக்கும் சிகிச்சையளிக்க வேண்டும் என்கிறார் சரகர். சிகிச்சை மூலம் அவர்களுடைய வாதையைக் குறைக்க முற்பட வேண்டும். மரணம் என்பது கொடிய அனுபவமாக ஆகாமல் பார்த்துக் கொள்ள வேண்டும்.

கடைசி இரண்டு புள்ளிகளில் நின்றே இவ்வகை நோய்களுக்கு ஆயுர்வேத சிகிச்சையைப் பற்றிச் சிந்திக்க இயலும். இந்நோய்களிலும் இரண்டு கட்டங்கள் உண்டு, தொடர் சிகிச்சை மூலம் செயல்பாடுகளைத் தக்கவைத்துக் கொள்ளும் கட்டம் மற்றும் சீரழிவை மந்தப்படுத்தும் கட்டம். ஆயுர்வேதத்தை தசைச் சிதைவு நோய்க்கு எதிராக இரு தளங்களில் பயன்படுத்திக் கொள்ளலாம். நேரடியாகத் தசை வலுவைச் சீர் செய்தல் மற்றும் தக்கவைத்தலுக்கான முயற்சி ஒரு தளம் எனில், மற்றொரு தளம், நுரையீரல் – இதய பாதிப்பு ஏற்படாமல் காத்தல், நோய் எதிர்ப்புச் சக்தியை உயிர்ப்புடன் வைத்திருத்தல், உடல் எடையை குறைத்தல் போன்ற மூல நோயை மேலும் சிக்கலாக்கும் பிற நோய்க்கூறுகளைக் கட்டுபடுத்துதல். தசைச் சிதைவு சீரழிவின் வேகத்தை ஓரளவிற்கு கட்டுப்படுத்துதல் மற்றும் தசைகளின் செயல்திறனை, நீண்ட காலத்திற்கு தக்க வைத்தல் ஆகியவை ஓரளவிற்கு ஆயுர்வேதத்தில் சாத்தியம். இது தவிர இரண்டாவது தளத்திலும் ஆயுர்வேதம் ஓரளவிற்குச் சிறப்பாகச் செயல்பட முடியும். தசைகளுக்குப் போதிய பயிற்சி இல்லாமல் போனால் மூட்டுகளில் தீவிரப் பிடிப்பு உண்டாகிவிடக்கூடும். அது தசைகளின் செயல்திறனை மேலும் குலைப்பதாகும். ஆகவே பிசியோதெரபி இவ்வகை நோய்களுக்கு வாழ்நாள் முழுவதும் தொடர்ந்து வரவேண்டிய மிக முக்கியமான சிகிச்சை முறைகளில் ஒன்று. அங்கு செல்வதற்கு ஒருவார காலம் முன்னரே ஓரளவிற்கு வாசித்தும், மூத்த ஆயுர்வேதப் பேராசிரியர்களுடன் கலந்து ஆலோசித்தும், ஒரு செயல்திட்டத்தை வகுத்துக் கொண்ட பின்னர்தான் சேலத்திற்குப் புறப்பட்டேன்.

அழைப்பில் ஒன்பது மணி முதல் என்று போட்டிருந்தாலும், அங்கு வெகு சிலரே வந்திருந்தார்கள். “சார், ஒன்பதுன்னு போட்டாதான் எங்க மக்கள் ஒரு பத்து பத்தரைக்காவது வருவாங்க... அவுங்க கிளம்பிப் பயணம் செஞ்சு வர்றதுக்கு ரொம்ப நேரமாகும், கொஞ்சம் கஷ்டமும் கூட” என்றார் வல்லபி. மெல்லச் சக்கர நாற்காலிகள் வரத் துவங்கின.

பொறியியல் கல்லூரி மாணவர்கள், மருத்துவக் கல்லூரி மாணவர்கள் எனப் பலர் தன்னார்வலர்களாக அங்கு கூடியிருந்து அனைவருக்கு உதவினர். “இந்தத் தன்னார்வலர்கள் எல்லாம் எப்படி வந்தாங்க? நண்பர்களா?” எனக் கேட்டேன். “சார் பத்தாவதோட படிப்பு நின்னு போச்சு, அதனால எங்களுக்கு வெளிய நண்பர்கள்னு யாரும் கிடையாது... பெரும்பாலும் ஃபேஸ்புக் வழி அறிமுகம் ஆனவங்கதான் இவுங்க... மோகன் குமாரமங்கலம் மருத்துவக் கல்லூரிலேந்து ஒரு பத்துப் பேரு எல்லா மீட்டிங்குக்கும் வருவாங்க... சோனா காலேஜ் மாணவர்கள் கொஞ்ச பேரு இருக்காங்க... அத தவிர பெரும்பாலும் எல்லாரும் வேற வேற ஊரிலிருந்து வந்தவங்கதான்... இவன் பெங்களூருல இருக்கான். ட்ரஸ்ட் தொடங்குனதுலேந்து வருஷம் தவறாம எல்லா நிகழ்ச்சிக்கும் வந்திடுவான்” என்று ஆங்கிலத்தில் உற்சாகமாகக் கதைத்துக் கொண்டிருந்த டீ–ஷர்ட் இளைஞரை கைகாட்டினார். ஆச்சரியமாகவும், மகிழ்ச்சியாகவும் இருந்தது.

முப்பதுகளின் மத்தியிலிருக்கும் ஒரு பெண்மணி சக்கர நாற்காலியில் அழைத்து வரப்பட்டார். அவர் நாற்காலியில் அமர்ந்திருக்கும்வரை இயல்பானவராக தென்படக்கூடியவர். எழுந்து நடக்கும்போதுதான் சிக்கல்கள் வெளிப்படுகின்றன.

பெரும்பாலும் இயல்பாக இருக்கும் குழந்தைகள் நடக்கத் தடுமாறுவது முதல் அறிகுறியாக தென்படுகிறது. நடக்கும்போதும் ஓடும்போதும் சமநிலை தவறி அடிக்கடி கீழே விழத் தொடங்கு வார்கள். இந்த நிலை சில ஆண்டுகள் வரை நீடிக்கலாம். உடல் எடையை கால்கள் சுமக்க முடியாமல் தடுமாறும் ஒரு நிலை வந்தவுடன் சக்கர நாற்காலியை சார்ந்திருக்க வேண்டிய சூழல் உருவாகிவிடுகிறது.

திருநெல்வேலியிலிருந்து தன் மகளை அழைத்து வந்திருந்தார் அவருடைய தந்தை. “சார், வள்ளி ரொம்ப தைரியமான பொண்ணு, மெட்ராஸ்ல பி.டெக் படிக்க வெச்சுருக்கேன். அவளேதான் தன்ன பாத்துக்குறா...” அவருடைய குரலில்

தொனித்த பெருமையும், இறுதிவரை போராடத் தான் தயார் எனும் திண்மையும், தன்னம்பிக்கையும் மகிழ்ச்சியளித்தது. "சார் ஒரு மூணு மாசத்துக்கு அப்புறம் குற்றாலத்துல ஒரு முகாம் ஏற்பாடு செய்வோம்..எல்லா ஏற்பாடும் நானே செய்றேன்..நீங்க அவசியம் வரணும்" என்றார். வள்ளி கெந்திக் கெந்தி நடந்து வந்து ஒவ்வொரு பூக்களுமே சொல்கிறதே எனப் பாடினாள். காலையிலிருந்து சரிவர எவருடன் பேசாத மற்றொரு சிறுவன் விக்னேஷ் 'ஃப்ரெண்டப் போல யாரு மச்சான்' என்று பாடினான்.

மூளை நரம்பியல் நிபுணர் டாக்டர் பாலமுருகன், கண் மருத்துவர் டாக்டர் சசி, அறக்கட்டளையின் ஆடிட்டர், ஆளுமை வளர்ச்சி பயிற்சியாளர், ஹோமியோபதி டாக்டர் ரவிச்சந்திரன் எனப் பலரும் உரையாற்றினார்கள். இதில் குறிப்பிட்டுச் சொல்ல வேண்டுமென்றால், டாக்டர் பாலமுருகனின் உரை பல வகையிலும் முக்கியத்துவம் வாய்ந்தது. அறிவியல் மற்றும் அறவியல் வழியாக இந்நோயை அணுகுவது பற்றித் தெளிவாக தன்னுடைய பார்வையை முன்வைத்தார்.

வாழ்வா மரணமா? குணப்படுத்த முடியுமா முடியாதா? எனும் கேள்விகளுக்கான விடை முக்கியமல்ல, இந்த இருமைக்கு இடையில் எத்தனையோ விஷயங்கள் உண்டு. வாழ்க்கையே அதற்குள்தான் இருக்கிறது என்றார் அவர். இன்றைய காலங்களில் வணிக நோக்கமின்றி, இத்தனை தீர்க்கமான பார்வையுடன் மருத்துவத்தை அணுகும் மருத்துவர்கள் காணக் கிடைப்பது அபூர்வம். இந்த அறக்கட்டளையின் போர்ட் உறுப்பினராகவும் அவர் உள்ளார் என்பது மிக முக்கியமான பலம் எனச் சொல் வேன். ஏனெனில், அறிவியல்பூர்வமான அணுகுமுறை கொண்ட தெளிவான மருத்துவர், அதுவும் மூளை நரம்பியல் துறையைச் சேர்ந்தவர் இது போன்றதொரு அமைப்பிற்கு அளப்பரிய பங்களிப்பைச் செய்ய முடியும்.

ஆய்க்குடி அமர் சேவா சங்கத்தின் நிறுவனர் ராமகிருஷ்ணன் அவர்களின் நெருங்கிய நண்பர் திரு. நாராயணன் விசாகப் பட்டினத்திலிருந்து கூட்டத்திற்கு வந்திருந்தார். அறிமுகமாகும் ஒவ்வொருவரிடத்திலும் "நான் இவங்க ரசிகன்" என்று உற்சாக மாக பேசிக் கொண்டிருந்தார். ஆயுர்வேதத்தில் என்ன விதமான சிகிச்சை சாத்தியம் என்பது குறித்து நானும் உரையாற்றினேன். எழுத்தாளர் பாமரன் தன்னை ஒரு தந்தையின் இடத்தில்

நிறுத்திக்கொண்டு வாஞ்சையுடன் பேசினார். கம்யுனிசத் தோழர்கள், சமூகச் செயல்பாட்டாளர்கள், பெரியாரியர்கள், இலக்கிய வாசகர்கள் எனப் பலவகை மக்களும் தொலை தூரங்களிலிருந்து வந்து குழுமியிருந்தனர். "எனக்கு ஜெயமோகன் சார எந்தளவுக்குப் பிடிக்குமோ, அந்தளவுக்கு பாமரன் அப்பாவையும் பிடிக்கும்... இது அதுன்னு இல்ல எல்லாவிதமான மனிதர்களும் இங்க வருவாங்க.." என்றார் வானமாதேவி கண்களைச் சிமிட்டியப்படி. .

தன் மகனை இதே நோய்க்கு கடந்தாண்டு பலி கொடுத்த பின்னர் இந்நோய்க்கு எதிராக முழு வீச்சில் ஆய்வு செய்து கொண்டிருக்கும் ஹோமியோபதி மருத்துவர் டாக்டர். பாபு ஆஸ்திரேலியாவிலிருந்து குடும்பத்துடன் இந்நிகழ்வில் பங்கேற்க வந்திருந்தார். சென்ற முகாமில் சிலருக்கு ஹோமியோபதி மருந்து வழங்கப்பட்டுள்ளன. ஓரளவிற்கு முன்னேற்றம் காணக் கிடைத்த தாக வல்லபியும் வேறு சிலரும் சொல்லக் கேட்டேன். குறிப்பாகச் சிலருக்கு ரத்தத்தில் சி.பி.கே அளவு சரிபாதியாகக் குறைந் திருக்கிறது.

"தவறான சிகிச்சையைத் தேர்ந்தெடுத்த காரணத்தினால்தான் என் மகனை நான் இழக்க நேரிட்டது. ஆகவே ஹோமியோ மூலம் ஒரு சவாலாக இதை எடுத்துச் செய்கிறேன்," என்றார் பாபு. அவருடைய நம்பிக்கை வீண் போகக் கூடாது என மனமார வேண்டிக் கொள்கிறேன். ஆஸ்திரேலிய பல்கலைக் கழகத்தில் 'தசை சிதைவும் மாற்று மருத்துவமும்' எனும் தலைப்பின் கீழ் ஆய்வு செய்து வருவதாகத் தெரிவித்தார். தர்க்கப்பூர்வமாக நோக்கினால் அவருடைய கனவு சாத்தியமில்லை எனத் தோன்றினாலும், உணர்வுப்பூர்வமாக நோயிலிருந்து எவ் வகையிலாவது மீண்டு விடமாட்டோமா என ஏங்கித் தவிக்கும் பல ஆயிரம் பேர்களுடன் என் மனமும் இணைந்து கொள்கிறது.

எனினும் இந்த ஏக்கம் ஒருவகையில் ஆபத்தானதுகூட. இவ்வகை அரிய நோய்களை பூரணமாக குணப்படுத்துகிறேன் என்று புற்றீசல் போல ராஜ வைத்தியர்களும், சித்த மருத்துவ செம்மல்களும் கோட் சூட் போட்ட அக்குப்ரெஷர் மேதைகளும், சாமியார்களும், வாஸ்து நிபுணர்களும் கிளம்பி எங்கும் நீக்கமற நிறைந்து இருக்கிறார்கள். நம்பிக்கையையும், நம் பணத்தையும் களவாடிச் செல்லும் கும்பல் எல்லாத் துறைகளிலும் இருப்பது போல் மருத்துவத்திலும் மலிந்து கிடக்கிறது. யதார்த்தாமாகச்

சிந்தித்தால், நம்பிக்கையும் ஆறுதலும் ஏற்படுத்தும் விளைவுகளை எந்த மருந்தும் ஏற்படுத்திவிட முடியாது என்பதற்குக் கண்கூடாக நம்முன் தெரியும் இரு உதாரணங்கள் வானமாதேவியும், வல்லபியும்தான்.

வானவன் மாதேவி, வல்லபி சகோதரிகளுடன் வாய்ப்பு கிட்டியபோதெல்லாம் உரையாடிக் கொண்டிருந்தேன். இரு வருமே தனித்த, முழுமையான ஆளுமைகள். அறக்கட்டளையை நடத்துவதில் உள்ள நடைமுறைச் சிக்கல்களை விவரித்தார்கள். நிதிநிலை பற்றாக்குறையை விளக்கமாகச் சொன்னார்கள். இருநூறு உறுப்பினர்கள் இருந்தபோதும் நாற்பது பேர் மட்டுமே வந்திருந்தார்கள். போக்குவரத்துச் செலவை இதற்கு முன்னர் இவர்களே அளித்து வந்தனர். நிதி நெருக்கடி காரணமாக அது நிறுத்தப்படுவதாக அறிவித்ததும், பலரும் பின்வாங்கினர். “சார்... நாமலே எல்லாத்தையும் கொடுக்கணும்னு எதிர்ப்பாக்குறாங்க. என்ன கொடுத்தாலும் வாங்கிக்குறாங்க. அவுங்களா கொஞ்சம் பாத்துக்கணும். முயற்சி செய்யணும்னு தோனுறதே இல்லை... குழந்தைகளைக்கூட சரியாக் கவனிக்காம அப்படியே விட்டுட றாங்க. என்னமோ இது வழியா எங்களுக்கு எக்கச்சக்கமாக பணம் வர்ற மாதிரி பேசிடுறாங்க. நேத்தெல்லாம் மனசு ரொம்பவே கஷ்டமா இருந்தது சார்” என்றார் வானவன்மாதேவி. வருத்தமாக இருந்தது.

வானவன் மாதேவி, வல்லபி சகோதரிகளிடம் நானொரு கோரிக்கையையும் வைத்தேன். டாக்டர் பாலமுருகன் அவருடைய உரையில் சொன்னதன் நீட்சிதான் அது. தன்னைக் காட்டிலும் தசைச் சிதைவு குறித்து அதிகப் புரிதல் இவர்களுக்கு உள்ள காரணத்தினால், அந்நோய் குறித்து இவர்கள் ஒரு நூல் எழுத வேண்டும் என்றிருந்தார் அவர். நோய் குறித்து எழுதுவது முக்கியம்தான், அதைக் காட்டிலும் முக்கியம் நோய்மை குறித்து எழுதுவது. நோய்கள் வரும் போகும், ஆனால் மானுடம் விஞ்சி நிற்கும். நோய் குறித்தான தகவல்களை எவரும் இணையத்திலிருந்து தொகுத்து ஒரு புத்தகமாக ஆக்கிவிடலாம். எனினும் அப்படிப் பட்ட ஒரு நூல் அவசியம்தான். ஒரு கையேடுபோல் பாதிக்கப் பட்டவரின் குடும்பத்திற்கு உதவும்விதமாக அதை எழுதலாம். ஆனால் அது எவரும் செய்யக்கூடியதுதான். நோய் அவர்களுக் களித்த சவாலை எதிர்கொண்ட விதத்தைப் பற்றி பதிவு செய்ய வேண்டும். உற்சாகமும், செயலூக்கமும் மலர்ந்து பொங்கும் அந்த மர்மத்தை விளக்க வேண்டும். அதுவே நோய் படிந்த

சமூகத்திற்கு அவர்கள் விட்டுச் செல்லும் மகத்தான செய்தியாக இருக்கும். ஆம்! இவர்களும் நம் பொக்கை வாய் தேசிய தாத்தாவைப் போல் "என் வாழ்வே எனது செய்தி" என இறுமாப்புடன் சொல்லித் திரியலாம்.

வாராவாரம் இலவசமாக பிசியோதெரபி சிகிச்சை அளிக்கப்படுகிறது, ஆயுர்வேத மருந்துகளும் ஹோமியோபதி மருந்துகளும்கூட தங்கள் செலவில் அளிக்க முன்வந்திருக்கிறார்கள். நோனி சாறும் இலவசமாக வழங்கப்படுகிறது. அரசின் மாற்றுத் திறனாளிகள் நல அமைப்பின் துணையுடன் பல்வேறு நலத்திட்டங்கள் நிறைவேற்றப் பட்டுள்ளன. அவர்களுடைய மிக முக்கியமான கவலை, குழந்தைகளின் கல்வி இடைநிறுத்தப் படுவதுதான். நம் பள்ளிக் கட்டட அமைப்பு மாற்றுத் திறனாளிகள் புழங்குவதற்கு ஏற்ப அமைக்கப்பட்டவை அல்ல. ஆசிரியர்களின் ஒத்துழைப்பு இல்லையென்றால் கல்வியைத் தொடர முடியாது. பெரும்பாலான குழந்தைகள் இதன் காரணமாக இல்லங்களிலேயே முடங்கி விடுகிறார்கள். உற்சாகம் குன்றி, எடை பெருத்து, மந்தமாகி விடுகிறார்கள். வானவன் மாதேவி, வல்லபி சகோதரிகளின் அடுத்த இலக்கு, இவர்களுக்கான கல்வி மையத்தை உருவாக்குவதுதான்

வானவன் மாதேவி வல்லபியைக் காட்டிலும் இரண்டாண்டுகள் மூத்தவர். கழுத்தும் இரண்டு கரங்களும்கூட பாதிக்கப்பட்டுவிட்டன. கழுத்தை ஓரளவிற்கு மேல் கீழே இறக்க இயலவில்லை. கரங்கள் தொடையிலிருந்து சில அங்குலங்கள் மட்டுமே எழுகின்றன. அந்நிலையில் வேறொருவர் மைக்கைப் பற்றிக் கொண்டபின் தலையைக் குனிந்து பேசினார். எவரும் தங்கள் மீது அனுதாபம் காட்டுவதை அவர்கள் விரும்பவில்லை. உடல்நிலையில் ஏற்பட்டு வரும் மாற்றங்கள் குறித்து எவ்விதத் தயக்கமும் இன்றி, அவர்களுடன் உரையாட முடிந்தது.

மதிய உணவுக்குப் பின்னர் மருத்துவ முகாம் நடந்தது. நானும் கண்ணனும் ஒருபுறம் பார்த்தோம், மற்றொரு மேஜையில் ஹோமியோபதி மருத்துவர்கள் பாபுவும் ரவிச்சந்திரனும் பார்த்தார்கள். ஒவ்வொருவரிடமும் தீர விசாரித்து மருந்து எழுதி கொடுக்க இருபது நிமிடங்கள் பிடித்தன. எத்தனை விதமான முகங்கள்! சிரித்தபடி நாற்காலியில் சரிந்து அமர்ந்த குழந்தையின் சிரிப்பைப் பார்க்கும்போது அவர்களின் பெற்றோருக்கு துக்கம் தொண்டையை அடைக்கிறது. "சார் நின்னுட்டே இருக்கேன்

எவ்ளோ நேரம் வேணுமானாலும் நிக்குறேன். உக்காந்தா எந்திரிக்கிறது கஷ்டம்" என்றார் ஒரு நடுவயதுக்காரர். நாற்பது நாற்பத்தைந்து வயது மதிக்கத்தக்க ஒருவர் வந்தார், "முதல்லயே தெரியாம போய்டுச்சு சார், முப்பது வயசுக்கு மேலதான் எனக்கு பிரச்சனை ஆரம்பிச்சுது, கல்யாணம் ஆயி ரெண்டு குழந்தை களுக்கும் இப்ப இதே பிரச்சனை..என்ன பண்றதுனே தெரியல" என்று தன் விதியை நொந்துகொண்டார். மனம் கிடந்து அரற்றியது.

ஆதவ் அறக்கட்டளையின் சின்னம் பற்றிய சிந்தனை விடாமல் தொடர்ந்து கொண்டிருக்கிறது. முதலில் ஒளி விடு, பின்னர் ஒளியேற்று. பெரும்பாலும் நாம் அனைவரும் ஒளி வாங்கிகளாக உள்ளோம், அவ்வொளியை நம்மால் பிரதிபலிக்க மட்டுமே இயலும். ஒளி வழங்கிகளாக, ஆதவனைப் போல், தன் சுயத்தையே ஒளிப்பிழம்பாக மாற்றும் ஆற்றல் வெகு சிலருக்கே உண்டு. குறுகிய காலத்திற்குள் பூரணமாக ஒளிர்ந்து மறையும் மத்தாப்பைப் போல், விண்கற்களைப் போல், நட்சத்திரங்களைப் போல், சூரியனைப் போல். ஒளிவிடத் துவங்கும்போது நம் கீழ்மைகளும் அந்தச் சுடரில் பொசுங்கி அழிகின்றன. அந்த சுயப்பிரகாசமான ஒளி, ஒளிர்வதற்காக காத்து நிற்கும் ஆன்மாக் களை சுடர்விடச் செய்கிறது. ஒளிவிடும்தோறும் எங்கோ ஒளியேற்றப்படுகிறது.

பின்னர் ஆதவ் அறக்கட்டளை ராமநாதபுரத்தில் ஒரு முகாம் ஏற்பாடு செய்தது. வெவ்வேறு வயதினர், தசைச் சிதைவு உள்ள வர்கள் எவ்வளவோ மேல், ராமநாதபுரத்தில் வந்த பெரும் பாலானவர்கள் போதிய மூளை வளர்ச்சி இல்லாதவர்கள். நூற்றி நாற்பதுக்கு அதிகமான பிள்ளைகள் வந்திருந்தார்கள். இன்ன தென்று சொல்ல முடியாது, தசைச் சிதைவு, செரிப்றல் பால்சி, மனநோய்கள், ஆட்டிசம் என பலவகை மனிதர்கள். எத்தனை முகங்கள்! குழந்தைகளை விட்டுவிடலாம், அவர்களை அழைத்து வந்த பெற்றோர்களின் முகத்தில் தான் எத்தனை பெரிய எதிர்பார்ப்பு. எப்போதும் எழும் கேள்விதான், அப்பட்டமான உண்மை என ஏதும் உண்டா? உண்மையை எடுத்துரைக்கிறேன் பேர்வழி என்று அச்சுறுத்துவதைக் காட்டிலும் அவர்கள் வேண்டி நிற்கும் நம்பிக்கையை அளிப்பதே மேல் என உணர்ந்தேன்.

'வானதி – வல்லபி' குறித்து நம்பிக்கை மனுஷிகள் என்றொரு ஆவணப் படம் வெளியானது. தங்களுக்கு இந்த நோய் எப்படித்

ஆயிரம் காந்திகள் **135**

தொடங்கியது? என்னென்ன பாதிப்புகளை ஏற்படுத்தியது? ஆதவ் அறகட்டளை உருவானதன் பின்னணி, அதன் இன்றைய செயல்பாடுகள், அதன் நாளைய செயல்திட்டங்கள் என இவற்றைப் பற்றி இருவரும் பேசியிருக்கிறார்கள். இருவரும் எப்பொழுதையும் போல சிரித்தபடியே இருக்கிறார்கள். எவருக்கோ எதுவோ நடந்ததை விவரிக்கும் மனவிலக்கத்துடன் அவர்களால் தங்கள் வாழ்வை அணுகமுடிந்தது ஒரு மாபெரும் வரம், பெருந்துயரின் தவத்தில் கனிந்த வரம். வல்லபி இந்த ஆவணப்படத்தில் ஒரு ஆண் தொட்டுத் தூக்குவதில் உள்ள சங்கடங்களையும், உதிரப்போக்கு நாட்களில் பயணம் செய்வதில் உள்ள சிக்கல்களையும் சொல்லும்போது மனம் பாரமானது.. நடக்க முடிந்தவர்களுக்கு வெறும் இரண்டு கால்கள், இவர்களுக்கு ஆயிரம் கால்கள் என எண்ணிக் கொண்டேன்.

வானதியின் மரணம் என்னைப் பெரிதும் பாதித்த ஒன்று. அவர் மரணமடைந்த ஜனவரி பதினைந்துக்கு நான்கைந்து நாட்கள் முன்னரும் கூடப் பேசினோம். ஈரோட்டிலிருந்து ஒருவரை அங்கே அனுப்புவதன் தொடர்பாக. பயங்கரமாக மூச்சிரைத்தது. அவர் பேசிய சொற்கள் எனக்குப் பாதிக்கு மேல் விளங்கவே இல்லை. "புரியல வானதி" என மூன்று நான்குமுறை சொன்னேன். "என் ஃபோன்ல ஏதோ பிரச்சனையோ.. இல்ல காது போயிருச்சோ தெரியல" என்றபோது, "அங்க இல்ல.. என் குரல் தான் சார்.. பேச முடியல" என்றார். ஒவ்வொரு சொல்லும் போராடித்தான் அவரிடமிருந்து வெளிவந்தது. அப்படிப் போராடி வந்த சொல் புரியாமல் போனால் எத்தகைய ஏமாற்றமாக இருந்திருக்கும்?

முதல் முகாமில் என்னிடம் அவர்கள் பகிர்ந்துகொண்ட திட்டம் உயிர் பெற்றிருந்தது. புதிய கட்டடத்தின் தொடக்க விழாவிற்கு என்னால் செல்ல முடியவில்லை. ஒருமுறை லாரி பேக்கர் முறையில் கட்டடத்திற்கு வர்ணம் தீட்ட தன்னார்வலர்களை வரச்சொல்லி ஃபேஸ்புக்கில் அழைப்பு விடுத்திருந்தார். ஆகவே சென்ற ஆண்டின் ஒரு ஞாயிற்றுக் கிழமையில் அங்கு சென்று வந்தேன். மலையும் மரங்களும் சூழ்ந்த அவ்விடம் அமைதியாக, அழகாக இருந்தது. சரளை கற்கள் மீது சாம்பல் நிறக் கட்டடம் எழுந்திருந்தது. செம்மண்ணை சிமிண்டோடு குழைத்து வெளிச்சுவருக்கு வர்ணம் பூசினோம். பாதி நேரம் பேசியும், மீதி நேரம் பூசியும் கழிந்தது. காந்தியின் மீது தீவிரப் பற்றுண்டு அவருக்கு. மதிய இடைவேளையின் போது "விக்கிக்கு

காந்தின்னா பிடிக்காது... கொஞ்சம் என்னன்னு கேளுங்க" என்று சொல்ல. ஒருமணிநேரம் நண்பர்களோடு உரையாடல் நீண்டது.

காந்தியை வெறுமே வாசிப்பவரும் போற்றுபவருமாக மட்டும் அவர் இருந்ததில்லை. இக்கட்டான சூழலிலும் காந்தியையும், அறத்தையும் கைவிடாதவராக இருந்திருக்கிறார். வானதி – வல்லபி அனைத்து அரசு அலுவல்களுக்கு அவர்களே நேரில் செல்வார்கள். லஞ்சம் மிகுந்து கிடக்கும் அலுவலகங்களில் அவர்கள் நேரில் சென்று கோரும்போது எவரும் அவர்களை மறுக்க முடியாது என்பதை அவர்கள் அறிந்திருந்தார்கள். ஆனால் அதனையும் மீறி சில தருணங்களில் நான்கைந்து முறை ஏறி இறங்கிய சம்பவங்களை நானறிவேன். புதிய கட்டடத்திற்கு மின் இணைப்பு கோரியபோது அப்படித்தான் நிகழ்ந்தது. கொடுத்தால்தான் வேலையாகும் என்பது நடைமுறை. எத்தனை முறை அலைவீர்கள்? வேலை கிடப்பில் இருக்கிறதே என அறிவுறுத்தியபோதும் கூட விடாப்பிடியாக மீண்டும் மீண்டும் படியேறி அதனைச் சாதித்தார். நானறிந்தவரை ஒரு நயா பைசா கூட லஞ்சமாக அவர் எவருக்கும் ஏதும் அளித்ததில்லை. வானதி ஒன்றை உரிமையோடு நம்மிடம் கேட்கிறார் எனில், நம்மால் அதை ஒருபோதும் மறுக்க முடியாது. அவர் நம்மிடம் கேட்கும் போது அதில் அதிகாரமோ, பரிதாபமோ இருக்கவே இருக்காது.

குழந்தைகளுக்கே உரிய பிடிவாதம். ஆனால் இந்த இலட்சிய வாதமும் பிடிவாதமும் கொண்டவர்களுக்கே இருக்கும் இறுக்கம் அவரிடம் ஒருபோதும் இருந்ததில்லை. "இதுல என்ன இருக்கு?" என்பது போல் புன்னகையால் அதை தாண்டி செல்வார். அவருக்கு அவருடைய உடல்நிலையைப் பற்றி நன்றாகத் தெரியும். மரணத்தைப் பற்றியும், மரணத்திற்குப் பின்பாக அவருடைய அமைப்பைப் பற்றியும் நிதானமாக பேசுவார். அவருடைய அந்த நிதானம் என்னை எப்போதும் பதறச் செய்யும். 25-ன்னாங்க, முப்பதுன்னாங்க, முப்பத்தஞ்சு வந்தாச்சு... விடாதீங்க வானதி.. இதெல்லாம் யோசிக்காதீங்க என்பேன். "அட, நீங்க வேற சார் காமடி பண்ணிக்கிட்டு" என்பார். வானதி இறுதிவரை தனக்குள் இருந்த உற்சாகம் துள்ளும் பதின்ம வயதுப் பெண்ணை உயிர்ப்புடன் வைத்திருந்தார். அந்தப் பெண்ணுக்கு உடல் நாள்தோறும் சுருங்கிக் கொண்டிருப்ப தெல்லாம் ஒரு பொருட்டே இல்லை. கிண்டலும், கேலியும், கோபமும், வருத்தமும், பிடிவாதமும், சிரிப்பும், எரிச்சலும் என

ஆயிரம் காந்திகள்

எல்லாமும் கொண்ட பதின்ம பெண் அவர். உற்சாகம் துள்ளும் அந்த பெண் இலட்சியவாதத்தின் இறுக்கத்திலிருந்தும், உலகியல் துன்பங்களில் இருந்தும் அவளைக் காத்தாள். அதுவே அவருக்கு நெருக்கமான நண்பர் வட்டத்தை அமைத்துக் கொடுத்தது. எனக்கு நெருக்கமானவர் என நான் எண்ணுவது போல் பல நூறு பேர் வானதியை தங்களுக்கு மட்டுமே நெருக்கமானவர் என உணர்ந்தவர்கள். அன்பைப் பகிர்ந்து கொள்வார் ஆனால் அந்த அன்பை அதிகாரமாக்கித் தன்னை எவரும் கட்டுப்படுத்த அவர் ஒருபோதும் அனுமதித்ததில்லை. நம் சூழலில் அன்பும், அதிகாரமும் சேர்ந்தேதான் நமக்கு அறிமுகமாகின்றன. பிடிவாதம் என்றும் மரியாதையின்மை என்றும் அறியாமை என்றும் அவை சுட்டப்படுகின்றன. ஆனால் அதைச் சுயநிர்ணயம் என்றும், தன் வாழ்வுக்குத் தானே பொறுப்பேற்றல் என்றும்கூடச் சொல்லலாம். இதன் காரணமாக அவரிடமிருந்து சற்றே விலகிய நண்பர்களையும் நானறிவேன். பல்வேறு இக்கட்டான சூழல்களில் நான் அவரோடு தொடர்பில் இருந்திருக்கிறேன். அவர் எல்லோருக்கும் அளித்த அன்பையும், நம்பிக்கையையும் காட்டிலும் அந்நிலையிலும் தனது சுதந்திரத்தின் வெளியைத் தக்க வைத்துக்கொண்டது எனக்கு முக்கியமாக படுகிறது. அவர் உடல்நிலைக்கு அன்பும், கருணையும் அதிகமாக வேண்டும், அது எளிதாகக் கிடைக்கவும் கூடும். அது அவருக்கு நம்பிக்கையை அளிக்கும். ஆனால் அன்பின் பிடியை மீறி தன் வாழ்வை நிர்ணயித்துக் கொள்ள அதீத தன்னம்பிக்கை வேண்டும்.

மூன்று வருடங்களில் சுமார் ஒரு கோடி ரூபாய் சேர்த்து இந்த கட்டடத்தை முடித்திருப்பது என்பது மிகப்பெரிய சாதனை. முழுவதுமாக முடிந்த அந்தக் கட்டடத்தை பார்த்த போது மலைப்பாக இருந்தது. பண நெருக்கடிகள், மனக் கஷ்டங்கள் என அவர்கள் இக்காலக்கட்டத்தில் சந்தித்த சவால்கள் ஏராளம். அதைப் பற்றி நீங்கள் எழுத வேண்டும் என வானதியிடம் பார்க்கும்போதெல்லாம் சொல்வேன். “ஆடியோ மெசஜ் அனுப்புங்க, நான் எழுதித் தரேன்” என்று கூடச் சொல்லியிருக்கேன். “சார், சுயசரிதை எழுதுனா அதுல நேர்மை இருக்கணும்... நேர்மையா இருந்தா அது நெறைய பேருக்கு கஷ்டமா இருக்கும்... எதுக்கு சார் தேவையில்லாம காயப்படுத்திகிட்டு..?” என்பார்.

அந்த நான்காண்டுப் பழக்கத்தில் எத்தனையோ முறை சந்தித்து இருக்கிறோம், எத்தனையோ முறை பேசி இருக்கிறோம்.

இங்கே எல்லாவற்றையும் எழுதிவிட முடியாது. அன்று அங்கே பூக்கள் உதிர்ந்த சிறு மணல் குன்றாக மாறியிருந்தார். வாழ்வில் சிரிக்கவும், வாழ்வைப் பார்த்துச் சிரிக்கவும் கற்றுக்கொடுத்தவர். இன்று அந்த கட்டடம் அவர் எழுப்ப விரும்பிய அமைப்பு முடங்கிவிட்டது. வல்லபி தன்னைத் திரட்டிக்கொண்டு முடிந்தவரை செயலூக்கத்துடன் சேலத்தில் தன் பணியைத் தொடர்கிறார்.

மீண்டும் காந்தி நினைவுக்கு வருகிறார் "நீங்கள் என்ன செய்தாலும், அது ஒன்றும் அத்தனை பெரிய விஷயம் இல்லை, ஆனால் நீங்கள் அதைச் செய்தாக வேண்டும். ஏனெனில் நீங்கள் செய்யவில்லை என்றால், உங்களுக்காக எவரும் அதைச் செய்ய மாட்டார்கள்".

தொடர்பற்ற, பொருளற்ற அபத்த நிகழ்வுகளின் தொகுப்பு என்பதற்கு மேல் வாழ்க்கையை எப்படிப் புரிந்துகொள்ள முடியும்? வாழ்க்கைக்கு நோக்கம் இருக்கிறதோ இல்லையோ, ஆனால் அதற்கான தேடல் இங்கே நாம் உயிர்த்திருக்கத் தேவையாய் இருக்கிறது. வானதி – வல்லபி சகோதரிகள் தங்கள் வாழ்க்கையை முழுமையாக்கிக் கொள்ள முயன்றார்கள். சக உயிருக்கு பயனுள்ள ஒரு வாழ்வு என்பதே நானறிந்த வரை இந்த வாழ்க்கையின் உச்சபட்ச பொருளாக இருக்க முடியும். எத்தனை உயிர்களுக்கு? என்பது மட்டுமே கேள்வி. அவர்கள் தங்கள் முழு உயிராற்றலையும் செலுத்தி கனவுகளுக்கு உயிர் கொடுக்க முயற்சித்தார்கள்.

"நமக்கென்ன வேலை? ஸ்கூல் போறவங்க படிக்கணும், வேலைக்குப் போறவங்க அத செய்யணும்.. நமக்கு என்ன பெரிய வேலை.. எப்போதும் சிரிச்சுகிட்டே இருக்கணும். அதுதான் நம்ம வேலை.. நாம சிரிச்சு, சந்தோஷமா இருந்தாலே நம்மல பெத்தவங்க நிம்மதியா இருப்பாங்க" என்று வல்லபி ஒருமுறை தன் சக நோயாளிகளை நோக்கிச் சொன்னார். வாழ்க்கை எத்தனை எளிமையானது என்று தோன்றியது. எப்போதும் சிரித்துக் கொண்டிருக்க முடிந்தால் போதும். அதற்கு மேல் என்ன இருக்கிறது இந்த வாழ்வில்? ❑

13

மருத்துவத்துக்கு மருத்துவம்

இன்றைக்கு இந்திய மருத்துவம் பயின்றவர்களுக்கு உள்ள மிகப்பெரிய சிக்கல் என்பது அவர்களுக்கு இந்திய மருத்துவத்தின் மீதும் பூரண நம்பிக்கை இல்லை, நவீன மருத்துவத்தின் மீதும் பூரண நம்பிக்கை இல்லை என்பதே. நவீன மருத்துவத்தின் எல்லையும் இந்திய மருத்துவத்தின் எல்லையும் வேறானவை. நவீன மருத்துவம் கைகழுவிய நோயாளிகளே பெரும்பாலும் இந்திய மருத்துவ முறைகளை நாடி வருகிறார்கள். நம்பிக்கை நீர்த்து தீராத பிணியிலிருந்து மீண்டெழ முடியும் எனத் தங்கள் இறுதி நம்பிக்கையாக இந்திய மருத்துவத்தை நாடி வரும் ஒவ்வொரு நோயாளியைப் பார்க்கும் போதும் என் மனம் கலக்கமடையும். உண்மை நிலையைச் சொல்வது அவர்களின் நம்பிக்கையை அழிப்பதாகும். போலி வாக்குறுதிகளையும் அள்ளி வீசிவிட முடியாது. பெரும் மனப்போராட்டம்தான். நான் உண்மை நிலையை விளக்குவதையே எனது வழிமுறையாகக் கொண்டிருந்தேன், அண்மைக் காலம் வரை.

“அரிதாகவே முற்றாக குணப்படுத்துகிறோம். பெரும்பாலும் சுகம் அளிக்கிறோம். எப்போதும் ஆறுதல் தருவோம்” – ஹிப்போக்ரேடஸ்

நாமறியாத, நமக்கு புரியாத கணக்கற்றச் சமன்பாடுகளால் ஆனதுதான் வாழ்க்கை. மருத்துவன் எதையும் தீர்மானிப்பதில்லை. மரணத்துடன் கைகுலுக்கி மீண்டு, எழுந்த அதிசயங்களைக் கண்டவர்களுக்குப் புரியும். அதிகம் எஞ்சினால் அவன் வாசித்த

நூல்களைக் கொண்டு வாழ்வை பற்றிய சில ஊகங்களை முன்வைக்க முடியும். அவன் ஊகங்கள் கண் முன்னால் பொய்த்துப் போவதை உணர்ந்தவன் ஒருபோதும் இறுமாந்திருக்க மாட்டான். அவனால் ஆறுதல் அளிக்க முடியும், உனது ஆறா காயங்களின் வலி எனதாக உணர்கிறேன் என்று அவன் தோள் தடவித் தேற்ற முடியும், அந்த வலியிலிருந்து உன் மனவலிமையால் மீண்டு எழுவாய் என இன்முகத்துடன் நம்பிக்கை அளிக்க முடியும். இவை போலி வாக்குறுதிகள் அல்ல. நான் இப்போது எவருடைய ஊன்றுகோல்களையும் பிடுங்கி வீசுவதில்லை.

டாக்டர். பி.எம்.ஹெக்டே அவர்களின் கட்டுரைகளையும், உரைகளையும் தொகுத்து 'மருத்துவத்திற்கு மருத்துவம்' எனும் பெயரில் ஈரோடு டாக்டர். ஜீவானந்தம் அவர்களின் மொழி யாக்கத்தில் வெளிக்கொண்டு வந்திருக்கிறது தமிழினி. நேரில் சந்தித்ததில்லை எனினும் டாக்டர் ஜீவா மீது எனக்கு மிகுந்த மரியாதை உண்டு. பலவகையிலும் அவரை ஆதர்சமாக ஏற்றுக் கொண்டவன். தேர்ந்த இலக்கிய வாசகர், காந்தியர், சுற்றுச்சூழல் ஆர்வலர். மருத்துவத் துறையின் சீர்கேடுகளைக் களைய, தன்னை அர்ப்பணித்துக் கொண்டவர்.

இந்நூலை எழுதிய டாக்டர்.ஹெக்டே குறித்து ஆயுர்வேத உள்வட்டங்களில் பெருமதிப்புடன் பேசுவதுண்டு, ஆயுர்வேதம் மீது நம்பிக்கை வைக்கும் வெகுசில நவீன மருத்துவர்களில் ஒருவர். நவீன மருத்துவக் கல்வி பயின்று, மிக உயர்ந்த பதவிகள் வகித்து ஓய்வு பெற்றவர். கல்வியாளர், சிந்தனையாளர், எழுத்தாளர், மருத்துவர் என அவர் ஒரு பன்முக ஆளுமை. மக்களுக்கான மருத்துவத்தை முன்னெடுப்பதில் ஈடுபாடுடன் பல்வேறு மாற்று முயற்சிகளைச் சோதித்துப் பார்த்தவர். மருத்துவக் கல்வியிலும் பல சோதனை முயற்சிகளை புகுத்த முயன்றவர். ஜீவாவும் சரி, ஹெக்டேவும் சரி, ஏறத்தாழ ஒரே விதமான மனப்பாங்கு கொண்டவர்கள். இருவரின் குரல்களும் ஒற்றை சுருதியில் ஒன்றாக இயைந்து ஒலிக்கின்றன,

இசைக் கச்சேரிகளில் நமக்குப் பரிச்சயமான 'குறையொன்றும் இல்லையோ' அல்லது 'அலை பாயுதேவோ' பாடினால், துள்ளிக்கொண்டு நாம் அனைவரும் உற்சாகமாகி பாடலுடன் ஒன்றிணைந்து கொள்வதைப் போல் இருந்தது, இந்த நூலை வாசிக்கும்போது. அரிதினும் அரிதாகவே வாசகன் எழுத்தாள

னுடன் முழுவதுமாக உடன்படுகிறான். பூரணமாக ஏற்றுக் கொள்ளும்போது வாசகன் எழுத்தாளனின் கருத்துகளையும் தரிசனத்தையும் தனதாக்கிக் கொள்கிறான். இந்நூலில் இடம் பெற்றுள்ள ஒரு சொல்லின் மீது கூட எனக்கு எந்த மாற்றுக் கருத்தும் இல்லை. ஆகவே இது ஹெக்டே, ஜீவாவின் குரல்கள் மட்டுமல்ல, எனது குரலும் கூட.

மருத்துவம், கல்வி, நீதி ஆகிய மூன்றையும் எளிய மக்கள் நம்புகிறார்கள். அதற்கான நிறுவனங்களையும், அதில் பங்கு வகிப்பவர்களையும் தங்களுக்கு வாழ்வளிக்க வந்த கடவுளாகவே எண்ணிய காலமொன்று உண்டு. விருப்பு வெறுப்பின்றி, தன்னலமின்றி தங்கள் கடமைகளைச் செய்து, மக்கள் வாழ்வில் இருளகற்றிய ஆன்மாக்களை இன்றும் ஏதோ ஒருவகையில் தொழுதுகொண்டுதானிருக்கிறோம். மரணத் தருவாயில், அல்லது தீராத நோயிலிருந்து தன் குடும்பத்தில் எவரையோ காத்த ஒரு வைத்தியர்/மருத்துவர் பற்றிய கதை அநேகமாக ஒவ்வொரு குடும்பத்திலும் உண்டு. இன்று மருத்துவமனைகளில் காசு பறித்த அல்லது உயிர் குடித்த கசப்பான நினைவுகள் மட்டுமே அதிகம் எஞ்சி இருப்பது ஏன்?

மக்களின் நம்பிக்கையைக் காசாக்கும் அற்புதக் கலையை இன்று நாம் வளர்த்தெடுத்து விட்டோம். அதன் வழியாகவே கேள்விக்கு அப்பாற்பட்டதாக தன்னைக் கருதிக்கொள்ளும் புதிய அதிகார மையங்கள் உருவாகின்றன. இந்த நம்பிக்கைகள் கேள்விக்குட்படுத்தப்படும் போது உரசல்கள் எழுவது இயற்கையே. ஆசிரியர் – மாணவர் உறவு என்பது எப்படி? கல்வித் தொகை – மதிப்பெண் என்ற நிலையில் வெற்று வணிகமாக முடங்கி நிற்கிறதோ அதேபோல் மருத்துவர் – நோயாளி உறவும், வணிகர் – நுகர்வோர் உறவுகளும் சீர்கெட்டு நிற்கின்றன. அதிகரித்து வரும் நுகர்வோர் வழக்குகள், மருத்துவர் – நோயாளி சச்சரவுகள் ஆகியவை மக்களிடையே பெருகி வரும் அவநம்பிக்கையின் சான்று. ஹெக்டே மிக முக்கியமான புரிதல்களை முன்வைக்கிறார்– முதலில் மருத்துவர்கள் தங்களைப் பற்றிக்கொண்டிருக்கும் மிகை பாவனைகளை விமர்சிக்கிறார், மருத்துவரும் மனிதர்தான், அவரும் தவறு செய்யக் கூடும், அந்தத் தவறை வெளிப்படையாக ஒப்புக்கொள்ளும் திண்மை வேண்டும் என்று வாதிடுகிறார். மருத்துவர்கள் நோயாளிகளை வலியில் அவதியுறும் சக

மனிதர்களாக அணுகாமல், ஒருவித ரட்சகர் மனோபாவத்துடன் நடந்துகொள்வதுதான் இத்தகைய சிக்கல்களின் ஆணிவேர். மருத்துவர்கள் தங்கள் தவறுகளை மூடி மறைக்கும்போது மக்களின் நம்பிக்கையை இழக்கிறார்கள். நோயாளியுடனான எளிய உரையாடல்கள் வழியாகவும், நோயாளியை மெய்ப் புலன்களை கொண்டு தீர பரிசோதிப்பதின் மூலமும் எளிதாக நோயறிய முடியும் எனும்போதும் கூட தங்களை தற்காத்துக் கொள்ளும் பெருமுனைப்பில் தேவையற்ற பரிசோதனைகளை எழுதி நோயாளியின் நிதி சுமையைப் பெருக்குகிறார்கள் என்கிறார் ஹெக்டே.

டாக்டர் ஹெக்டே இன்றைய மருத்துவத்தைப் பீடித்துள்ள சீக்குகளைப் பற்றிப் பேசுகிறார். இன்று புழக்கத்தில் இருக்கும் நவீன மருத்துவத்திற்கு தான் முதலில் அவசரச் சிகிச்சை தேவைப்படுகிறது என்கிறார். நவீன மருத்துவர் அல்லாத ஒருவர் இத்தகைய விமர்சனங்களை முன்வைத்தால், அவை எளிதில் புறந்தள்ளிவிடப் படக்கூடும். ஹெக்டேயின் குரல் ஒருவகையில் 'அமைப்புக்குள்ளிருந்து ஒலிக்கும் கலகக் குரல்' அவ்வகையில் மிக முக்கியமானது. அதுவே அவரை காந்திக்கு நெருக்கமானவராக ஆக்குகிறது. சில சங்கடமான கேள்விகளை எழுப்புகிறார். நவீன மருத்துவத்தின் மீதான விமர்சனங்கள், மற்றும் அதன் சீர்கேடு களைக் களையும் வழிமுறைகள் என இந்நூலின் உள்ளடக்கத்தை இரண்டாக வகுக்கலாம்.

தொழில்நுட்பம் உண்மையில் மனிதாபிமானத்திற்கு மாற்றாகுமா? பரிவுடன் நோயாளியின் படுக்கைக்கு அருகே நின்று அவரைப் பரிசோதித்து அவருடைய குறைகளை அவரிடமே கேட்டறிவதன் மூலமே 80% நோய்களைக் கண்டறிய முடியும், 100% குணமாக்க முடியும் என்பதைச் சில ஆய்வுகளைக் கொண்டு நிறுவுகிறார். ஒட்டுமொத்த மருத்துவமே நோயாளி மைய நோக்கிலிருந்து முற்றிலுமாக புரண்டு நோய் மைய நோக்கிலேயே செயலாற்றுகிறது. இன்று நோயாளிகள் வெறும் புள்ளி விபரங்கள், எண்ணிக்கைகள் மட்டுமே. மருத்துவர் – நோயாளி உறவின் பூரண உச்சத்தில் நிகழ்வதே குணமாதல் என்கிறார் ஹெக்டே. திறன் மிகுந்த மூளையும், கருணை நிறைந்த இதயமும் கொண்டவனே மகத்தான மருத்துவனாக இருக்க முடியும். மருத்துவர்கள் தங்கள் 'மக்கள் தொடர்பு' திறனை வளர்த்துக்கொள்ள வேண்டும் என்கிறார்.

ஹெக்டே மருந்து நிறுவனங்கள் மீதும், நோயறியும் கருவிகளை உற்பத்தி செய்யும் நிறுவனங்கள் மீதும், கடுமையான விமர்சனங்களை முன்வைக்கிறார். உச்சபட்ச கொலஸ்ட்ரால் அளவை 260-லிருந்து 200 ஆகக் குறைத்ததன் மூலம் கோடிக் கணக்கான புதிய மருந்து அடிமைகளை உருவாக்க முடிந்திருக் கிறது. சர்க்கரை மாத்திரைகளும், ரத்த அழுத்த மாத்திரைகளும் ஒரு நோயாளி வாழ்நாள் முழுவதும் உட்கொள்ள வேண்டிய நிர்ப்பந்தத்திற்கு தள்ளப்படுகிறான். உண்மையில் அதனால் ஏதேனும் மாற்றம் ஏற்படுகிறதா? இறப்பு விகிதத்தில் ஏதேனும் மாற்றம் ஏற்பட்டுள்ளதா? என்றால் சொல்லிக் கொள்ளும் அளவுக்கு மாற்றம் ஏதுமில்லை என சில ஆய்வுத் தகவல்களைக் கொண்டு நிறுவுகிறார். இஸ்ரேலில் மருத்துவர்கள் வேலை நிறுத்தத்தில் ஈடுபட்ட காலக்கட்டத்தில் மரண விகிதம் குறைந் திருந்ததாகச் சொல்லும் ஆய்வு தகவல் ஒன்றை சுட்டும் ஹெக்டேவின் கூற்று, உயிர்காக்கும் மருத்துவமே உயிர் பறிக்கும் சாதனமாக மாறிப்போனதைப் பற்றிப் பல கேள்விகளை எழுப்புகின்றன. இக்குரல் புதிதல்ல. பல ஆண்டுகளுக்கு முன் இவான் இல்லிச் தனது 'மெடிகல் நெமிசிஸ்' நூலில் இதே குற்றச்சாட்டுகளைக் கடுமையாக வைத்தார்.

நோயறியும் நிறுவனங்களைப் பொருத்தவரை, மண்ணில் பிறந்த அத்தனை மனிதர்களும் நோயாளிகளே. ஆரோக்கியம் என்பது அதுவரை நோய் கண்டறியப்படாத தற்காலிக நிலை மட்டுமே என்று ஆழமாக நம்புகின்றன. இருதயத்தில் எங்கோ ஒரு மூலையில் உள்ள ரத்தக் குழாயைக் கண்டுபிடித்து, அதற்குள் உள்ள சிறு அடைப்பை கவனப் படுத்தி அதற்கு வாழ்நாள் சிகிச்சை தொடங்க வேண்டும். நோயறியும் நிலையங்களே நோய் உற்பத்தி நிலையங்களாகவும் மாறி விட்டன. மனிதர்களின் உயிர் பயம்தான் இத் தொழிலுக்கு மூலதனம்.

முழு உடல் பரிசோதனைகள் எல்லாம் ஒருவகையான மோசடியே என்கிறார். மனிதர்களை நோயாளியாக்கி பார்க்கும் குரூர விளையாட்டுதான் இது என்கிறார். புற்று நோய், இருதய நோய் (கொலஸ்ட்ரால். ரத்த அழுத்தம் இத்யாதியை உள்ளடக்கியது), சர்க்கரை ஆகியவையே இன்று மக்களை பெரிதும் அச்சுறுத்தும் நோய்கள். அமெரிக்கா போன்ற வல்லரசு தேசத்திலேயே மருத்துவத்தாலும், மருந்துகளாலும் நடக்கும்

மரணங்கள் நான்காவது இடத்தை பிடித்திருக்கின்றன என்பதைக் கவனிக்க வேண்டும் என்கிறார் ஹெக்டே.

மருத்துவ ஆய்வு முறைகளின் மீதும் கடுமையான விமர்சனங்களை வைக்கிறார் ஹெக்டே. நாற்பதாயிரத்துக்கும் மேற்பட்ட மருத்துவ அறிவியல் ஏடுகள் இன்று உலகெங்கிலும் இருந்து வெளியாகின்றன. இவற்றில் வெகு சிலவே உண்மையான ஆய்வறிக்கைகளை வெளியிடுகின்றன. மருந்து நிறுவனங்களும், நோயறியும் தொழில்நுட்ப நிறுவனங்களும் இரு பெரும் மாஃபியாக்கள் போல் செயலாற்றி பெரும்பாலான ஆய்வுகளின் முடிவுகளை ஒரு ஐந்து அல்லது பத்து சதவிகிதம் அவர்களுக்குச் சாதகமாக மாற்றி வெளியிடுவதன் மூலம் பல நிரந்தர மருந்து அடிமைகளைப் பெற முடியும். பெரும்பாலும் மருந்துகள் ஐந்தாண்டுகள் பல்வேறு கட்ட சோதனை எல்லைகளைக் கடந்து சந்தையை சென்றடைகின்றன. நடைமுறையில் நோயாளி ஐந்தாண்டு அல்ல, தன் எஞ்சிய வாழ்நாள் முழுவதும் அந்த மருந்துகளை உட்கொள்ளப் போகிறான், அதுமட்டுமல்ல; வேறு பல மருந்துகளுடனும், சேர்த்துதான் இதையும் உட்கொள்ளப் போகிறான். இந்த சூழலில், ஒரு மருந்தை நீண்ட நாட்கள் உட்கொள்ளும்போது ஏற்படும் பின்விளைவுகளை எப்படி ஐந்தாண்டு ஆய்வில் பூரணமாக வெளிக்கொணர முடியும்? மற்ற மருந்துகளுடன் இணைந்து உட்கொள்ளும் போது (drug & drug interaction, drug & food interaction) ஒட்டுமொத்த விளைவு பற்றிய போதுமான ஆய்வுகள் இன்று இல்லை என்கிறார். 'மருத்துவ ஆய்வு' எனும் பெயரில் இந்தியா மற்றும் மூன்றாம் உலக நாடுகளில் மருந்து நிறுவனங்கள், மருத்துவர்களைத் தங்கள் கையில் போட்டுக்கொண்டு மிகப்பெரிய மோசடிகளை அரங்கேற்றி வருகின்றன.

ஒவ்வொரு ஆண்டும் மாநிலத்தில் முதல் மதிப்பெண் பெறும் மாணவ மாணவிகள் பெரும் கனவுகளோடு, "நான் மருத்துவனாகி, எளிய மக்களுக்குச் சேவை செய்வேன்" என்று சொல்வது ஒருவிதச் சடங்காக மாறிவிட்டது. இன்னும் மருத்துவச் சேவை 80% மக்களைச் சென்றடையவில்லை என்கிறது உலகச் சுகாதார மையம். லட்சியக் கனவுகளுடன் மருத்துவக் கல்வி பயிலவரும் மாணவர்கள், கல்வி கற்ற பின்னர் என்ன ஆகிறார்கள்? நிர்ப்பந்தங்கள் அவர்களுடைய நியாய உணர்வைச் சுரண்டி விடு

கிறது. நோயாளிகளின் துயரங்களைப் பற்றிய நுண்ணுணர்ச்சிகளை மழுங்கடித்து, பெரு நிறுவனங்களின் கைப்பாவைகளாக அவர்களை ஆக்கி விடுகின்றன. ஹெக்டே கல்விமுறையிலேயே இதற்கான காரணங்களைத் தேடுகிறார். மாணவர்கள் அதி உயர் தொழில்நுட்பத்தைத்தான் மருத்துவம் என்று பயில்கிறார்கள். கல்வித்திட்டம் மருத்துவ வணிகர்களுக்குச் சாதகமாக மருத்துவர்களை உருவாக்கும் வகையில் தான் வடிவமைக்கப்பட்டுள்ளது. கிராமங்களுக்குச் செல்லும் மாணவன் அவனறிந்த கருவிகள் ஏதுமற்ற சூழலில் தனித்து விடப்படுகிறான். நம்பிக்கை இழந்து தலைதெறிக்க ஓடிவருகிறான். கிராமத்திலிருந்து மருத்துவம் பயிலச் செல்லும் மாணவர்களின் கதையும் இதுவேதான். எவரும் மீண்டும் கிராமங்களுக்கு வருவதில்லை. இந்த விஷச்சுழலில் இருந்து மக்களுக்கான மருத்துவத்தை மீட்டு எடுக்க வேண்டும் என்கிறார் ஹெக்டே.

இந்திய மக்களுக்கான மருத்துவம் எப்படியிருக்க வேண்டும்? இங்குள்ள பாரம்பரிய மருத்துவமுறைகளை நவீன மருத்துவர்கள் புறந்தள்ளுவதைக் கண்டிக்கிறார். நவீன மருத்துவம் அவசர கால உயிர்காக்கும் சிகிச்சைக்கு நிச்சயம் பலனளிக்கிறது, எனினும் நீண்டகால நோய்களுக்கு இந்திய மருத்துவ முறைகள் நல்ல பலனளிக்கும். சின்ன சின்ன நோய்களை எல்லாம் நாம் ஆயுர்வேத, சித்த மருத்துவ முறைகளின் மூலம் தீர்வு கண்டுவிட முடியும். நவீன மருத்துவம் பிற மருத்துவ முறைகளில் உள்ள சாதகமான அம்சங்களைத் தனதாக்கிக் கொள்ள வேண்டும். ஒருங்கிணைந்த மருத்துவ முறைதான் ஏழை எளிய மக்களைச் சென்றடைய சரியான வழியாக இருக்க முடியும் என்பதே அவர் கருத்து. இந்தக் கல்விச் சூழலே கிராமங்களில் கம்பவுண்டர்கள் மருத்துவர்களாக அவதாரமெடுக்கக் காரணமாகிறது. மாற்றாக கிராமத்தில் கல்வி கற்ற பட்டதாரி இளைஞர்களுக்கு அடிப்படைப் பயிற்சிகளை அளித்து மருத்துவத்தைப் பரவலாக்க முடியும் என்று கருதுகிறார்.

கலை பற்றிய தோரோவின் மேற்கோளை மீண்டும் மீண்டும் கையாள்கிறார் ஹெக்டே "மனிதனுக்கு மகிழ்வூட்டுவதே கலை" எனும் வரையறையை அடிப்படையாகக் கொண்டால் மருத்துவமும் ஒரு கலைதான் என்பது ஹெக்டேவின் வாதம். 'என்னை மாற்றிய மனிதர்' என்று மருத்துவத்தைப் பற்றி

கொண்ட பார்வையை மாற்றிய 'தேவண்ணா' எனும் இளைஞர் பற்றிய கட்டுரை மிக முக்கியமானது. பயிற்சி டாக்டராக நான் பணி புரிந்தபோது எனக்கும் சம்மட்டியடி பட்ட அனுபவம் ஒன்று உண்டு. ஒவ்வொரு மனிதனுக்குள்ளும் ஒரு தெய்வீக மருத்துவன் இருக்கிறான். உடலின் சிக்கல்களைத் தானாகவே சரி செய்துகொள்ளும் திறன் அதற்கு இருக்கிறது. மருத்துவன் உடல் தன் இயல்பு நிலையை அடைவதற்கு உதவுபவனாக இருக்க வேண்டுமே தவிர, அதைத் தடுத்து நிறுத்துபவனாக இருக்கக் கூடாது. உடலின் தேவைக்கு ஏற்ப தகவமைத்துத் கொள்ளும் திறன் அதற்கு உண்டு. சிறப்பு மருத்துவர்களின் பெருக்கம் பற்றி கவலை கொள்கிறார் ஹெக்டே. காலப்போக்கில் வலது காதிற்கு ஒரு மருத்துவர்; இடது காதிற்கு ஒரு மருத்துவ நிபுணர் வந்துவிடுவார்கள் போலிருக்கிறது என்று கிண்டல் செய்கிறார். நவீன மருத்துவம் மற்றும் அறிவியலின் குறைத்தல் வாதத்தைக் கண்டிக்கிறார். மருத்துவம் மனிதனை முழுமை நோக்குடன் அணுக வேண்டும் என்பதே அவருடைய கருத்தாக இருக்கிறது.

நூலின் குறை என்று ஒன்றைச் சுட்டிக்காட்ட வேண்டும் என்றால், பல இடங்களில் வாசித்தவற்றையே மீண்டும், மீண்டும் வாசிப்பது போன்ற உணர்வு ஏற்படுவதைத் தவிர்க்க முடியவில்லை. வெவ்வேறு இடங்களில் ஆற்றிய உரைகளின் தொகுப்பாக வெளிவந்துள்ள நூல் என்பது காரணமாக இருக்கக் கூடும். இந்நூலை வாசித்து முடித்தவுடன், என் கவலையெல்லாம் புதிதாக புற்றீசல் போல் முளைத்து வரும் ஊட்டச்சத்து மற்றும் நல்வாழ்வுத் தொழில் துறை (nutrition and wellness industry) பற்றி திரும்பியது. நவீன மருத்துவத்திற்கு மாற்று என்று சொல்லிக் கொண்டு இவர்கள் மீண்டும் அதையேதான் செய்கிறார்கள். ஊட்டச்சத்து மிகுந்த ஆரோக்கியமான உணவுக்கு மாற்றாக, இவர்கள் பழச்சாறுகளையும், வைட்டமின் மாத்திரைகளையும், மூலிகை சாறுகளையும் அநியாய விலைக்கு விற்றுக்கொண்டு திரிகிறார்கள். மக்களும் 'நவீன மருத்துவத்திற்கு மாற்று' என்று நம்பி மற்றோர் அடிமைத்தனத்திற்குள் நுழைகிறார்கள். நோனிக்களும் ஆலோ வேராக்களும் இன்று புதிய பேயோட்டி களாக உருவெடுத்து நிற்கின்றன. ஆயுர்வேத மருந்து நிறுவனங்கள் அலோபதி மருந்து நிறுவனங்கள் பயணப்பட்ட அதே ராஜபாட்டையில்தான் செல்கின்றன.

ஒவ்வொரு மருத்துவரும் தவறாமல் வாசிக்க வேண்டிய நூல். மருத்துவர் என்றில்லை, பொதுவாக அனைவருமே மருத்துவம் பற்றிக்கொண்டுள்ள பார்வைகளை மறுசீராய்வு புரிய வேண்டிய காலக்கட்டத்தில் நின்றுகொண்டிருக்கிறோம். இந்நூல் நமக்குள் எழுப்பும் கேள்விகளைப் பின்தொடர்வது சிறந்த தொடக்கமாக அமையும்.

"இறைவா, தேவைப்படும் நோயாளிகளுக்குத் தேவைக்குத் தகுந்த மருத்துவம் தரவும். தேவைப்படாதவர்களுக்குத் தேவையற்ற மருத்துவக் குறுக்கீடு செய்யாமல் காக்கவுமான அறிவைத் தா" – மருத்துவர் ஹசின் சன்னின் பிரார்த்தனை! ❑

மருத்துவத்திற்கு மருத்துவம்
டாக்டர் பி.எம்.ஹெக்டே
தமிழில்: டாக்டர் ஜீவானந்தம்
தமிழினி வெளியீடு
மருத்துவம், அபுனைவு

❖❖❖